१९८० चे दशक – निरागसतेचे दिवस

१९८० च्या महाराष्ट्रातील एका बालपणाचे आठवणीचित्र

लेखक

दुर्गेश पिंपरकर

कॉपीराइट

१९८० चे दशक – निरागसतेचे दिवस
लेखक व प्रकाशक: दुर्गेश पिंपरकर
प्रकाशन दिनांक: १२ जून २०२६

गोपनीयता विषयक स्पष्टीकरण

हे एक वास्तव घटनांवर आधारित संस्मरणात्मक (non-fiction) लेखन आहे. यामध्ये गोपनीयता जपण्याच्या उद्देशाने काही व्यक्तींची/स्थळांची नावे आणि ओळख पटवून देणारे तपशील बदलण्यात आले आहेत. तथापि, भावनिक सत्य आणि घटनांचा गाभा पूर्णपणे खरा आहे.

अनुक्रमणिका

ऋणनिर्देश

मी माझ्या त्या जवळच्या मित्र-मैत्रिणींचा मनापासून आभारी आहे, ज्यांनी मला धमकावून (लाक्षणिक अर्थाने), माझ्या बालपणीच्या आठवणींवर हे पुस्तक लिहिण्यास प्रोत्साहित केले.

तसेच, त्यांच्या व्यस्त जीवनातून वेळ काढून या मसुद्याचे वाचन करणाऱ्या आणि त्यावर मौल्यवान सूचना देणाऱ्या सर्वच मित्र-मैत्रिणींचे मी मनःपूर्वक आभार मानतो.

रचनात्मक आणि मौल्यवान अभिप्राय दिल्याबद्दल माझा कॉलेजमधील मित्र विनोद निलंगेकर, माझी गावाकडची मैत्रीण प्रिया आणि माझी बहीण अश्विनी यांचे विशेष आभार.

दुर्गेश पिंपरकर

प्रस्तावना

बालपण हे असीम आश्चर्यांचे, हास्य-अश्रूंमधून शिकलेल्या धड्यांचे आणि अनेक वर्षे लोटून गेल्यानंतरही स्मृतींच्या कप्प्यात शांतपणे जिवंत राहणाऱ्या क्षणांचे एक अद्भुत विश्व असते.

हे पुस्तक म्हणजे माझ्या जीवनप्रवासातील अशाच काही बालपणीच्या क्षणांचा एक संग्रह आहे. हा प्रवास अशा एका काळातील आहे, जेव्हा इंटरनेट नव्हते, स्मार्टफोन नव्हते आणि जीवन इतके धावपळीचे व विचलित करणारे झाले नव्हते.

हा संग्रह म्हणजे मला घडवणाऱ्या धड्यांना आणि माझ्या बालपणीच्या वर्षांना रंगत आणणाऱ्या त्या जिवंत अनुभवांना जतन करण्याचा एक प्रयत्न आहे.

या पुस्तकाची पाने उलटताना, मला आशा आहे की तुम्हाला वेगवेगळ्या भावनांचा स्पर्श होईल—कधी चेहऱ्यावर खुदकन हसू येईल, थोडेसे आश्चर्य, भीती, वैताग यांचे मिश्रण अनुभवाल, तर कधी तुम्ही पोट धरून हसाल आणि क्वचित डोळेही पाणावतील. माझ्या बालपणीच्या आठवणींसोबत तुमच्या जुन्या आठवणींना देखील उजाळा द्याल, त्यांचे आत्मचिंतन कराल आणि कदाचित तुमच्या स्वतःच्या बालपणाशी पुन्हा एकदा जोडून घ्याल.

माझ्या या बालपणीच्या जगात तुमचे स्वागत आहे.

दुर्गेश पिंपरकर

वाचकांसाठी सूचना

अशी कल्पना करा की, तीन व्यक्ती एका कॉफीशॉपमध्ये बसल्या आहेत. लहान बालक दुर्गेश, आजचा प्रौढ दुर्गेश आणि तुम्ही स्वतः (वाचक).

तीन व्यक्ती, तीन कप!

एक कप दूध बाल दुर्गेशसाठी, एक कप कॉफी प्रौढ दुर्गेशसाठी आणि एक कप कॉफी तुमच्यासाठी!

बाल दुर्गेश (वय ४ ते १२) त्याच्या आयुष्यात नुकतीच घडलेली एक गोष्ट तुम्हाला सांगतो. त्याने गोष्ट सांगितल्यावर, आजचा प्रौढ दुर्गेश तुम्हाला त्या गोष्टीवर स्वतःचे चिंतन सांगतो – कधी थोडक्यात, तर कधी सविस्तर.

जेव्हा बाल दुर्गेश तुम्हाला गोष्ट सांगतो, तेव्हा आजचा प्रौढ दुर्गेश त्याला कधीही मध्येच थांबवत नाही. प्रौढ दुर्गेशला ती गोष्ट आधीच माहीत आहे. ती नेमकी कशी अनुभवली गेली होती, हेही त्याला चांगले ठाऊक आहे. प्रौढ दुर्गेशचे गोष्टीनंतरचे चिंतन केवळ तुमच्यासाठी आहे; कारण प्रौढ दुर्गेशला याची जाणीव आहे की, जरी त्या आठवणींविषयीची समज आता अधिक सखोल झाली असली, तरी ती समज केवळ प्रौढांसाठीच आहे. निरागसतेत वावरणाऱ्या त्या बाल दुर्गेशला ती कधीच उमजणार नाही. फार फार तर, प्रौढ दुर्गेश त्या बाल दुर्गेशला केवळ दिलासा देणारी मिठीच देऊ शकतो.

तुम्हाला घाई करण्याची गरज नाही. काही वगळण्याची गरज नाही.

एका वेळी एक आठवण!

आणि कॉफीच्या घोटांसोबत घ्या प्रत्येक आठवणीचा आस्वाद!

१. शाळेचा पहिला दिवस

बहुतेकांप्रमाणे, माझा शाळेतील पहिला दिवस खूप अविस्मरणीय होता!

(बाल दुर्गेश @ वय ३.५ ते ४.५)

मी जेमतेम साडेतीन वर्षांचा असेन, त्यावेळी आमच्या अगदी घरासमोरच एक नवीन शाळा सुरू झाली. त्यापूर्वी विविध प्रकारच्या वस्तूंचे निरीक्षण करणे हाच माझा दिनक्रम असे.

माझ्या वयाच्या तिसऱ्या वर्षापर्यंतच्या आयुष्याबद्दल मला फारसे काही आठवत नाही—केवळ काही विस्कळीत तुकडेच आठवतात. पण माझे वडील मला सांगायचे की, मी लहानपणी अत्यंत कुतूहलाने भरलेला होतो. बहुतेक दिवस, मी वस्तूंचे निरीक्षण असीम कुतूहलाने करायचो; उदाहरणार्थ: ती वस्तू दिसायला कशी आहे? तिला स्पर्श केल्यावर ती कशी जाणवते? तिचा वास कसा येतो? तिची चव कशी लागते? जेव्हा मी तिला जमिनीवर आपटतो किंवा फेकून देतो, तेव्हा तिचा आवाज कसा येतो? जेव्हा मी तिला जोरात फेकून देतो, तेव्हा ती उसळते? का एका विशिष्ट आवाजासह तिचे अनेक लहान तुकडे होतात? तिचे जास्तीत जास्त किती तुकडे करता येतील? बहुतेक वेळा माझे प्रयोग, घरातील मोठ्यांमुळे लांबणीवर पडत असत.

आमच्या घराबाहेरील जगाशी माझा संपर्क अत्यंत मर्यादित होता. वयाच्या तिसऱ्या वर्षानंतर, काही घटना माझ्या स्मरणात राहू लागल्या. मला आठवते की – मी लहान पक्षी, मुंग्या आणि कधीकधी गल्लीतून जाणाऱ्या फेरीवाल्यांचे निरीक्षण करत असे.

त्या नवीन शाळेमुळे सर्व काही बदलून गेले. दररोज मी अनेक मुलांना शाळेकडे जाताना पाहत असे; ती मुले सतत आनंद लुटत, हसत-खेळत शाळेच्या पटांगणावर बागडत असत. मी चार वर्षांचा होईपर्यंत, माझी उत्सुकता प्रचंड वाढली होती. मी माझ्या वडिलांना शाळेविषयी अनेक प्रश्न विचारू लागलो. मलाही इतर मुलांप्रमाणेच मजा-मस्ती आणि आनंद लुटायचा होता. माझ्या वडिलांनी मला सांगितले की, लवकरच काही महिन्यांनंतर मला शाळेत जाता येईल; पण मला मात्र तिथे लगेच्या लगेच जायचे होते.

पण उन्हाळ्यात शाळा बंद झाली आणि मी पुन्हा पक्षी व मुंग्यांचे निरीक्षण करण्याकडे वळलो.

काही आठवड्यांतच शाळा पुन्हा सुरू झाली आणि यावेळी मी शाळेतील प्रवेशाबाबत सातत्याने विचारणा करण्यास सुरुवात केली. मी त्यावेळी अवघा साडेचार वर्षांचा होतो आणि शाळेच्या नियमांनुसार, प्रवेश मिळवण्यासाठी मला पुढील शैक्षणिक वर्षापर्यंत वाट पाहावी लागणार होती. परंतु मला लवकरात लवकर शाळेत जायचे होते, म्हणून मी दररोज माझ्या वडिलांकडे शाळेतील प्रवेशासाठी भुणभुण करत होतो. माझ्या सततच्या आग्रहानंतर, माझ्या वडिलांनी मला शाळेत दाखल करण्याचा निर्णय घेतला. त्या काळी, 'प्री-स्कूल' (पूर्व-प्राथमिक शिक्षण) किंवा जन्मदाखले यांसारख्या संकल्पना फारशा प्रचलित नव्हत्या. माझ्या जन्मतारखेत किंचित बदल करण्यात आला आणि माझी प्रवेश प्रक्रिया पूर्ण झाली.

शाळेतील माझा पहिला दिवस मला स्पष्टपणे आठवतो! मी सकाळी लवकर उत्साहित होऊन उठलो, नेहमीप्रमाणे कोणतेही नखरे केले नाहीत आणि पटकन आवरून तयार झालो. शाळा इतकी जवळ होती की मी एकटा तिथे सहज चालत जाऊ शकलो असतो; पण माझे वडील माझ्यासोबत शाळेच्या फाटकापर्यंत आले. जेव्हा आम्ही शाळेच्या प्रवेशद्वारापाशी पोहोचलो, तेव्हा मला शाळेचे मैदान दिसले. शाळेचे मैदान एवढे मोठ्ठे होते की, त्याचा एका टोकापासून दुसऱ्या टोकापर्यंत पाहण्यासाठी मला माझी मान डावीकडून उजवीकडे पूर्णपणे फिरवावी लागली.

माझ्या वडिलांनी 'इयत्ता १ ली' कडे बोट दाखवले. आणखी काही मुलेही त्या दिशेने चालत होती. मी माझ्या वडिलांकडे खुदुखुदू हसत पाहिले आणि त्यांना म्हणालो की, आता मी इथून वर्गापर्यंत धावत जाईन. माझ्या वडिलांनी मला वर्गाच्या दिशेने हलकीशी थाप दिली.

मी माझ्या वडिलांचा हात सोडला आणि अतिशय वेगाने वर्गाच्या दिशेने धावू लागलो – अत्यंत आनंदाने व मोठ्या उत्सुकतेने!

(आजचा प्रौढ दुर्गेश)

प्रिय वाचक, इतकी वर्षे लोटली असली, तरीही तो क्षण मला आजही स्पष्टपणे आठवतो! ती माझी पहिलीच, सर्वात आनंदी आठवण—किती रोमांचक आणि अविस्मरणीय! माझ्या बालपणीच्या आठवणींची तीच तर सुरुवात होती!

२. अत्यधिक आनंदाचे पोस्टकार्ड

कधीकधी एखादी अगदी छोटी गोष्ट अत्यंत आनंददायी क्षण निर्माण करते.

(बाल दुर्गेश @ वय ४.५)

मी शाळेचा आनंद घेऊ लागलो. ते एक पूर्णपणे नवीनच जग होते! विशेष म्हणजे, माझ्या वर्गातील सर्व मुले माझ्यापेक्षा वयाने थोडी मोठी होती! मी अनेक मुलांशी मैत्री केली. आम्ही सतत वेगवेगळ्या विषयांवर गप्पा मारत असू. आम्ही जितके जास्त बोलू, तितकेच जास्त आम्हाला नवीन नवीन बाबी समजायच्या. या नवीन ज्ञानामुळे, मला माझ्या सभोवतालचा परिसर अधिक चांगल्या प्रकारे समजू लागला होता. घराबाहेर गोष्टी अशाही असू शकतात, याची मी कधी कल्पनाही केली नव्हती. आमच्या या महत्त्वाच्या गप्पांमध्ये शिक्षक अनेकदा अडथळा आणत. शिक्षकांचा ओरडा ऐकल्यावर आम्हाला आमच्या गप्पा थांबवाव्या लागत असत. पण शिक्षक वर्गाबाहेर पडताच, आमच्या गप्पा पुन्हा सुरू होत असत.

आमच्या या गप्पांमधून मला अनेक नवीन गोष्टी समजल्या! त्यापैकीच एक बाब होती – आपल्या घरची दुकाने.

.

माझ्या काही मित्रांच्या वडिलांची दुकाने होती. किरणचे वडील किराणा माल विकायचे, जयच्या वडिलांचे पुस्तकांचे दुकान होते. तर काही मुलांच्या वडिलांची फिरती दुकाने होती. अतुलच्या वडिलांचे एक फिरते दुकान होते, ज्यातून ते रॉकेल विकायचे. विनयच्या वडिलांच्या फिरत्या दुकानातून भाज्या विकल्या जायच्या. पण प्रत्येक मुलाला राजूचा हेवा वाटायचा. त्याच्या वडिलांचे एक फिरते दुकान होते–ज्यातून ते कुल्फी विकायचे.

मला वाटायचे की, माझ्या वडिलांचे देखील एखादे दुकान असावे–जिथे काहीतरी विकले जात असेल. पण माझ्यासारखीच वर्गात इतर अनेक मुले होती, ज्यांच्या वडिलांचे कोणतेही दुकान नव्हते.

वर्गातील गप्पांमधून, मला आणखी एका गोष्टीचा शोध लागला, ज्याची मी यापूर्वी कधीच कल्पना केली नव्हती – कुटुंब आणि त्यातील अनेक व्यक्ती.

आतापर्यंत, माझा असा समज होता की प्रत्येक मुलाला केवळ तीनच मोठी माणसे असतात–वडील, आजोबा आणि आजी. कुटुंबात याव्यतिरिक्तही इतर सदस्य असू शकतात आणि काही सदस्यांची संख्या एकापेक्षा अधिकही असू शकते, ही गोष्ट माझ्यासाठी अत्यंत आश्चर्यकारक होती. काही मुलांकडे माझ्याप्रमाणे वडील, आजोबा आणि आजी होते; तर अशीही काही मुले होती ज्यांना आजोबा किंवा आजी नव्हते. परंतु, अनेक मुलांकडे आई आणि भावंडे होती. काही मुलांना केवळ एकच भावंड होते, तर काहींना अनेक भावंडे होती.

मित्रांकडे आहे त्याप्रमाणे मलाही माझी आई, भाऊ आणि बहीण असावी असे वाटू लागले.

मी खात्री करण्यासाठी माझ्या शिक्षकांनाही विचारले. शिक्षकांनी मला सांगितले की, प्रत्येकाला निदान एक वडील आणि एक आई तरी असतेच. त्यांनी मलाही माझ्या आईबद्दल विचारले, पण माझ्याकडे त्याचे काहीच उत्तर नव्हते.

त्या दिवशी, दुपारी शाळेतून परतल्यावर मी माझ्या आजीला विचारले, "इतर मुलांना आई आणि भावंडे कशी मिळाली? असे एखादे दुकान आहे का, जिथे आपण आई आणि भावंडे विकत घेऊ शकतो?"

"तुला काय हवंय, बाळा?" आजीने विचारले.

"आई, भाऊ आणि बहीण–सगळेच!" मी पाय आपटत म्हणालो.

"तुला जे हवे आहे, ते तुझ्याकडे आधीच आहे." आजीने शांतपणे उत्तर दिले. "तुला आठवते का, गेल्या वर्षी एक बाई आपल्याकडे आली होती? तीच तुझी आई आहे. सध्या ती काही महिन्यांसाठी तिच्या आई-वडिलांकडे राहायला गेली आहे."

मला अस्पष्टपणे आठवले. हो, गेल्या वर्षी एक बाई आमच्याकडे आली होती. ती आमच्याकडे दोन-एक महिने राहिली होती! ती मला अधूनमधून खूप रागवायची–आणि माझ्या वडिलांना तर त्याहूनही जास्त!

"ती माझी आई आहे! खरंच?" मी उत्साहाने विचारले.

"हो, ती तुझी आई आहे." आजी म्हणाली, "...आणि जर तुला आणखी भावंडे हवी असतील, तर तुझ्या वडिलांना जाऊन विचार."

माझ्या कुटुंबाविषयीची माझी समज अधिक विस्तारली. मला माझी आई आधीपासूनच होती, आणि ती सध्या तिच्या आई-वडिलांकडे राहत होती. पण तेवढेच पुरेसे होते; माझ्या चेहऱ्यावरील हसू मला आवरताच येत नव्हते.

त्या संध्याकाळी, मी बाबा घरी येण्याची वाट पाहत होतो. ते घरी येताच, मी एकदम धाडकन विचारले, "आजीने आज मला सांगितले की मला आई आहे. मला भाऊ आणि बहीणसुद्धा हवे आहेत. ते मला कधी मिळतील?"

माझ्या प्रश्नामुळे माझ्या वडिलांना थोडे आश्चर्य वाटले. त्यांनी आजीकडे वळून तिला विचारले, "तू त्याला आमच्या भांडणाबद्दल शेवटी सांगूनच टाकलेस ना?"

"मी त्याला केवळ तेच सांगितले, जे त्याला जाणून घ्यायला हवे होते." आजीने उत्तर दिले, "आणि नवरा-बायकोच्या भांडणात मुलांची होरपळ होऊ नये रे!"

आजीच्या उत्तरामुळे माझे वडील निशब्द झाले. काही वेळाने वडील माझ्या जवळ आले आणि त्यांनी मला हळूवारपणे सांगितले, "तुला एक लहान भाऊ आहे, तो सध्या तुझ्या आईबरोबरच आहे. आणि आता आणखी एक भावंड मिळणार आहे. पण त्याला इथे यायला अजून काही महिने लागतील. तुला नवीन भाऊ मिळेल की बहीण, हे फक्त देवच सांगू शकेल. तुला तुझ्या या नवीन भावंडासाठी फक्त काही महिने वाट पाहावी लागेल."

"हो, हो!" मी आनंदाने उड्या मारत होतो, "मी वाट पाहीन, पण देवाला सांगा की त्याने ते लवकर पाठवावे!"

त्या दिवसापासून मी त्या बातमीची आतुरतेने वाट पाहत होतो.

... आणि अखेर तो दिवस आला!

आम्हाला माझ्या आजोबांकडून एक पोस्टकार्ड मिळाले.

पिवळ्या रंगाचे पोस्टकार्ड आणि त्यावर एक आनंदाची बातमी! माझी बहीण देवाकडून आईकडे पोहोचली होती! लवकरच माझी आई, छोटा भाऊ आणि छोटी बहीण हे सर्वजण इथे परत येतील. मलापण माझी आई, भाऊ आणि बहीण असावेत ही माझी इच्छा अखेर पूर्ण झाली होती.

हातात पोस्टकार्ड घेऊन मी गल्लीतून धावत होतो आणि अत्यंत उत्साहाने, अगदी मोठ्या आवाजात प्रत्येकाला सांगत होतो—"बहीण आली! बहीण आली! मला बहीण आली आहे! माझी आई काही महिन्यांत परत येत आहे!"

सर्वांनी मोठ्या स्मितहास्यासह प्रतिक्रिया दिली.

(आजचा प्रौढ दुर्गेश)

ते पोस्टकार्ड माझ्यासाठी कागदाच्या एका तुकड्यापेक्षाही अधिक बरेच काही होते आणि तेव्हापासून मी ते जपून ठेवले आहे. आज इतक्या वर्षांनंतरही ते माझ्याकडे सुरक्षित आहे!

मी आजीला विचारले होते की, असे एखादे दुकान आहे का, जिथे आपण आई आणि भावंडांना विकत घेऊ शकू? आता त्या गोष्टीची आठवण होऊन माझ्या चेहऱ्यावर हसू उमटते. पण त्या निरागस प्रश्नाच्या तळाशी, कुठेतरी अपूर्णतेची एक भावना दडलेली होती. घरात आई आणि भावंडं नसल्यामुळे माझे जग मला अपूर्ण वाटत होते—त्या वेळी मला ते शब्दांत सांगता आले नसले, तरीही.

तो क्षण मला आजही आठवतो—जेव्हा माझी आई आली, जेव्हा मी माझ्या छोट्या भावाला पहिल्यांदा घट्ट मिठी मारली, आणि जेव्हा मी माझ्या चिमुकल्या तान्ह्या बहिणीला पहिल्यांदाच माझ्या कवेत घेतले!

मला आजही तो क्षण आणि ती परिपूर्णतेची भावना जाणवते.

हेच ते पोस्टकार्ड

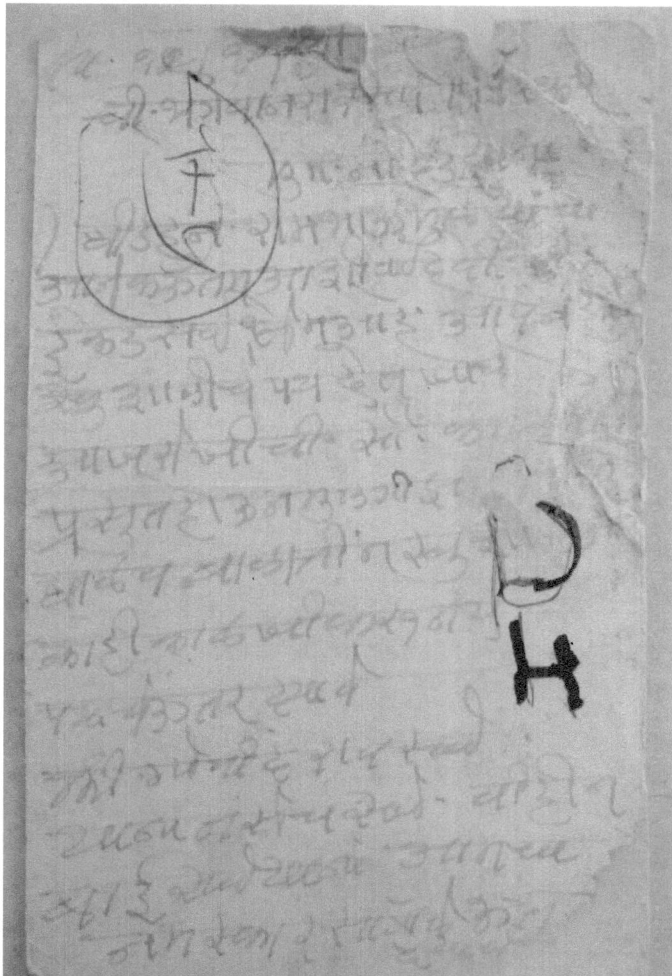

३. पहिले पाढे दहा, बु हु हा हा हा

संख्यांच्या पाढ्यांची सफर – थरार, भय आणि गूढ यांची मालिका

(बाल दुर्गेश @ वय ४.५ ते ६)

"या बाळाचा जन्म शुभ नक्षत्रावर झाला आहे. हे बाळ 'देव गणा'चे असल्याने, त्याचा स्वभाव अत्यंत परोपकारी आणि वर्तन अतिशय उत्तम असेल. तुम्हाला कोणतीही 'शांती पूजा' किंवा 'ग्रह पूजा' करण्याची आवश्यकता नाही," आपल्या नातवाचे किंवा नातीचे कुंडली (जन्मपत्रिका) तयार करत असताना माझे आजोबा त्या जोडप्याला सांगत होते; आणि नेहमीप्रमाणेच, मी मात्र अत्यंत विस्मयाने आणि कुतूहलाने आजोबांचे बोलणे ऐकत होतो.

आमच्या मूळ गावाचे मुख्य पुजारी असलेले माझे आजोबा, अनेकदा धार्मिक विधींसाठी तिथेच काही महिने मुक्काम करत असत. जेव्हा जेव्हा ते शहरात आमच्याकडे राहायला येत, तेव्हा अनेक लोक कुंडलीबाबत सल्ले घेण्यासाठी, तसेच पूजा व इतर विधींविषयी मार्गदर्शन मिळवण्यासाठी त्यांना भेटायला येत असत.

माझ्या आजोबांच्या अफाट ज्ञानाचे मला नेहमीच नवल वाटत आले आहे. मी शाळेत जायला सुरुवात करण्यापूर्वीपासूनच, आमच्या दरम्यान होणाऱ्या गप्पांमध्ये मी त्यांच्यावर प्रश्नांचा भडिमार करत असे. ते अनेकदा अंगणात, चांदण्यांच्या छताखाली एका 'बाजेवर' (लाकडी खाटेवर) झोपत असत.

आमचे अनेक संवाद तिथेच व्हायचे. मी त्यांना प्रश्न विचारायचो, "इतके अनेक छोटे-छोटे तारे का आहेत, आणि मोठा चंद्र मात्र एकच का आहे? ताऱ्यांची चव 'साखरतिळां'सारखी असते का? चंद्र आपला आकार कसा बदलतो?". आजोबा मला समजावून सांगत राहायचे आणि थोडा वेळ ऐकल्यानंतर, मला झोप लागायची. त्याच्यामुळेच मला संख्यांचे प्राथमिक ज्ञान मिळाले, रात्रीच्या आकाशाची समज आली आणि मी मंगळ, गुरु, शुक्र व मृग नक्षत्र हे ओळखायला शिकलो. वयाच्या चौथ्या वर्षापर्यंत, माझ्या आजोबांनी मला १ ते १० पर्यंतचे आकडे लिहायला शिकवले होते.

जेव्हा मी शाळेत जायला सुरुवात केली, तेव्हा मला माझ्या वर्गमित्रांच्या तुलनेत थोडासा फायदा मिळाला, कारण मला आकडे आधीच लिहिता येत होते. इयत्ता पहिलीच्या सुरुवातीच्या काळात, माझ्या वर्गमित्रांना माझ्या या क्षमतेचे खूप कौतुक वाटले आणि अल्पावधीतच मी माझ्या वर्गातील जवळजवळ प्रत्येकाशी मैत्री केली.

शाळेचे पहिले वर्ष सुरू झाले होते आणि आम्ही नवीन वातावरण, वेळापत्रक—आणि सर्वात महत्त्वाचे म्हणजे—आमच्या शिक्षकांची सवय करून घेत होतो. प्रत्येक वर्गासाठी एक शिक्षक नेमलेला होता, जो हजेरी सांभाळायचा आणि सर्व विषय शिकवायचा.

जरी प्रत्येक वर्गाला केवळ एकच शिक्षक असला, तरी सकाळी राष्ट्रगीत झाल्यानंतर आणि मधल्या सुटीच्या वेळी आम्हाला इतर विद्यार्थी व शिक्षकांशी मिसळता येत असे. माझ्या इयत्ता पहिली आणि दुसरीचे शिक्षक बऱ्यापैकी सामान्य होते. मात्र, इयत्ता तिसरीचे शिक्षक अत्यंत कडक आणि दरारा निर्माण करणारे होते. याउलट, इयत्ता चौथीचे शिक्षक अतिशय प्रेमळ आणि मनमिळाऊ होते—अगदी माझ्या आजोबांसारखेच.

मला त्या शिक्षकांचे कुंडली किंवा नक्षत्र माहीत नव्हते, पण मी माझ्या सर्व शिक्षकांचे वर्गीकरण केले – इयत्ता १ ली आणि २ री चे शिक्षक 'मनुष्य गण', इयत्ता ४ थी चे शिक्षक 'देव गण' आणि इयत्ता ३ री चे शिक्षक 'राक्षस गण'.

पहिल्या वर्षात, आम्ही सर्व अक्षरे आणि अंक लिहायला शिकलो. आता आम्ही १ ते १०० पर्यंतचे अंक लिहू शकत होतो. तो अंकांचा तक्ता माझ्या स्मृतीत अगदी पक्का रुजला होता. जेव्हा कोणी 'पासष्ट' असे उच्चारत असे, तेव्हा माझ्यासाठी तो केवळ 'सहा' आणि 'पाच' एवढाच अर्थ उरत नसे. माझ्या मनात, त्या अंकांच्या तक्त्यावरील '६५' ची जागा एखाद्या लहानशा काजव्याप्रमाणे लख्ख प्रकाशमान होत असे.

त्यानंतर आमच्या शिक्षकांनी आम्हाला एक-अंकी बेरीज आणि वजाबाकी शिकवायला सुरुवात केली. शिक्षकांनी जरी ती वेगळ्या पद्धतीने समजावून सांगितली असली, तरी मला ती समजून घेणे अत्यंत सोपे गेले. माझ्यासाठी बेरीज म्हणजे त्या तक्त्यावर फक्त पुढे सरकणे, आणि वजाबाकी म्हणजे मागे सरकणे इतकेच होते. ते अगदीच सोपे होते—जवळजवळ एखाद्या खेळासारखेच.

मी कोणत्याही संख्येत एकअंकी संख्या मनातल्या मनात अगदी विजेच्या वेगाने मिळवू शकत होतो!

गडबड तेव्हा सुरू झाली, जेव्हा शिक्षकांनी एक नवीन संख्या तक्ता दिला. तो पूर्वीचा ओळखीचा तक्ता नव्हता, तो २ ते १०० या पल्ल्यातील आणि संख्यांचा क्रम विस्कळीत असलेला एक पूर्णपणे नवीन तक्ता होता. शिक्षकांनी सांगितले

की, या तक्त्यामध्ये विविध पाढे आहेत आणि त्यांनी आम्हाला ते सर्व पाढे तोंडपाठ करण्याची आग्रहाची सूचना दिली; याची सुरुवात २ च्या पाढ्यापासून करून, त्यानंतर ३ चा पाढा आणि अशा प्रकारे १० च्या पाढ्यापर्यंत हे पाढे पाठ करायचे होते. त्यांनी या गोष्टीवर विशेष भर दिला की, पुढे जाऊन गुणाकार आणि भागाकार शिकण्यासाठी हे पाढे तोंडपाठ असणे अत्यंत महत्त्वाचे आहे.

माझ्या लक्षात आले की काही वर्गमित्रांनी पाढे खूपच पटकन पाठ केले, तर काहींना मात्र त्यात थोडीशी अडचण आली, पण पाढे पाठ झाले. फक्त माझ्यासारख्या मोजक्याच जणांना ते पाठ करणे खरोखरच कठीण गेले. बरेच प्रयत्न आणि वारंवार उजळणी केल्यानंतर, अखेर मला २ ते १० पर्यंतचे सर्व पाढे पाठ करणे जमले.

पुढे, शिक्षकांनी एक-अंकी संख्यांची उदाहरणे देऊन गुणाकाराची संकल्पना सांगितली. मला गुणाकाराची संकल्पना नीट समजली आणि पाढे पाठ करणे का आवश्यक आहे, हेही उमजले; मात्र पाढे पाठ करण्याची ती प्रक्रिया मला अत्यंत सक्तीची आणि मुळीच आनंददायी वाटली नाही.

तो तक्ता केवळ २ ते १० इतकाच होता, याचे मला खूप हायसे वाटले.

काही महिन्यांनंतर, शिक्षकांनी आणखी एक संख्या-तक्ता सादर केला आणि जाहीर केले की, आम्हाला ११ ते २० पर्यंतचे पाढे पाठ करणे आवश्यक आहे; कारण पुढील वर्षी तिसऱ्या इयत्तेतील अभ्यासात त्यांचा उपयोग होणार होता.

पुढच्या वर्षी? तिसऱ्या इयत्तेत? तिसऱ्या इयत्तेचे शिक्षक अत्यंत कडक आहेत, हे तर सर्वांनाच ठाऊक होते! पाढे पाठ करणे हे काही कमी आव्हानात्मक नव्हतेच; त्यात भर म्हणून त्या 'राक्षसगणी' शिक्षकाचा सामना करायचा – ही कल्पनाच निव्वळ थरकाप उडवणारी होती!

(आजचा प्रौढ दुर्गेश)

घबराट, दहशत आणि भीतीची भावना अनुभव करण्याची ही माझी सर्वात पहिली वेळ होती.

नवीन गोष्टी शिकण्यासाठी मी जरी उत्सुक असलो, तरी त्या नीट समजून न घेता केवळ पाठ करण्यात मी कधीच वाकबगार नव्हतो. नवीन गोष्टींचे निरीक्षण करणे, त्यांचे विश्लेषण करणे आणि त्या समजून घेणे यात मला नेहमीच मनापासून रस असे. आणि एकदा का मला एखादी गोष्ट समजली किंवा तिचा गाभा उमजला, की मग ती पाठ करण्याची मला गरजच उरत नसे.

शैक्षणिक जीवनाच्या काही आठवणी इतक्या भीतीदायक होत्या की कधीकधी आजही मला त्यासंबंधित अत्यंत तणावपूर्ण स्वप्ने पडतात. जसे की – सरांनी पाढे तोंडाने बोलून दाखवण्याचा हुकूम दिलाय, मला हॉल तिकीट किंवा होमवर्कची वही दप्तरात सापडत नाहीये, आज वार्षिक परीक्षा आहे पण मला परीक्षेचा वेळ, विषय किंवा अभ्यासक्रमच माहित नाहीये.

अशा तणावपूर्ण स्वप्नांतून जागे झाल्यावर काही क्षण स्वतःला समजावण्यात जातात की आता ते दिवस कधीच मागे पडले आहेत आणि मला आता पुढे कधीही पाढे, होमवर्क किंवा शाळा-कॉलेजच्या परीक्षेचा सामना करावा लागणार नाही.

1	2	3	4	5	6	7	8	9	10
2	4	6	8	10	12	14	16	18	20
3	6	9	12	15	18	21	24	27	30
4	8	12	16	20	24	28	32	36	40
5	10	15	20	25	30	35	40	45	50
6	12	18	24	30	36	42	48	54	60
7	14	21	28	35	42	49	56	63	70
8	16	24	32	40	48	56	64	72	80
9	18	27	36	45	54	63	72	81	90
10	20	30	40	50	60	70	80	90	100

४. २९ चा पाढा पहा

😬

शाळा असो वा आयुष्य, कधीकधी तुमची पद्धत इतरांपेक्षा वेगळी असते.

😬

(बाल दुर्गेश @ वय ७)

पुढच्या वर्षी, आम्ही सर्वजण तिसऱ्या इयत्तेच्या हुकूमशहा शिक्षकाच्या नियमांशी जुळवून घेत होतो.

केवळ दोन नियम:
नियम १ - हाताची घडी आणि तोंडावर बोट
नियम २ - हातावर छडी आणि पाठीवर घोट

कोणत्याही खोडकरपणासाठी किंवा चुकीसाठी विद्यार्थ्यांना "हातावर छडी" या शिक्षेला सामोरे जावे लागत असे. छडीचा मार बसल्यानंतर, माझ्या वर्गमित्रांना कळवळून रडताना बघितल्यावर माझ्या पोटात भीतीने कसेतरी होई. खोडकरपणा किंवा चुका टाळण्याबाबत आणि पाढे पाठ करण्याबाबत मी अत्यंत सावध झालो. परंतु, सर्व प्रयत्न करूनही, मला केवळ ११ ते १५ पर्यंतचेच पाढे पाठ करता आले.

आतापर्यंत, तिसऱ्या इयत्तेचे शिक्षक २-३ अंकी संख्यांचा एका अंकी संख्येने गुणाकार करायला शिकवत होते. परंतु लवकरच त्यांनी जाहीर केले की, ते पुढील टप्पा सुरू करणार आहेत; ज्यामध्ये प्रत्येकाला पाढ्यांचा आणखी एक संच — म्हणजेच २१ ते ३० पर्यंतचे पाढे — तोंडपाठ करावे लागतील.

१५ पर्यंतचे पाढे मला जेमतेमच जमत असत. उरलेले पाढे तर माझ्या आवाक्याबाहेरचे होते. माझ्या अनेक वर्गमित्रांनाही ते पाढे पाठ करताना अशाच प्रकारच्या अडचणी येत होत्या. या समस्येवर उपाय म्हणून, शिक्षकांनी एक नवीन पद्धत सुरू केली. आम्हाला गृहपाठाचा भाग म्हणून दररोज ११ ते ३० पर्यंतचे पाढे 'पुस्तकात पाहून' (open-book style) लिहावे लागत असत

आणि त्यानंतर दुसऱ्या दिवशी वर्गात तेच पाढे 'पुस्तकात न बघता' (closed-book style) वहीत लिहावे लागत असत.

घरी गृहपाठासाठी पाढ्यांवर काम करत असताना, मला असे आढळून आले की...

तेथे एक लय आहे! एक कुतूहलजनक लय! ...आणि ती सर्वच्या सर्व पाढ्यांना लागू पडत होती!

आधीच्या पाढ्यातील संख्यांमध्ये फक्त १, २, ३ ... १० मिळवून मी पुढचा पाढा तयार करू शकत होतो.

उदाहरणार्थ: १५ चा पाढा (१५, ३०, ४५, ... १५०) लिहिल्यानंतर, त्यामध्ये फक्त (१, २, ३, ... १०) हे अंक मिळवून मला पुढच्या संख्येचा १६ चा पाढा (१६, ३२, ४८, ... १६०) तयार करू शकतो. एकदा १६ चा पाढा तयार झाला की, त्याच पद्धतीने मी १७ चा पाढा तयार करू शकतो आणि ही प्रक्रिया पुढच्या संख्येच्या पाढ्यासाठी चालू ठेवू शकतो.

व्वा! हे अविश्वसनीय होतं!

मी काहीही पाठ न करता ३० पर्यंत पाढे लिहू शकत होतो!

पण ह्या पद्धतीची गृहपाठासाठी पाढे लिहिण्यापुरतीच मदत झाली. पाढे तत्काळ म्हणून दाखवण्यासाठी किंवा वर्गात आवश्यक असलेल्या प्रत्यक्ष गुणाकाराच्या गणितांसाठी मात्र ती उपयुक्त नव्हती. इयत्ता तिसरीच्या शिक्षकांनी आम्हाला ३० पर्यंतचे पाढे तोंडपाठ करण्याची सूचना दिली होती, जेणेकरून त्या पर्यंतच्या संख्यांचे गुणाकार करणे आम्हाला शक्य होईल. पण मला प्रश्न पडला—त्यापुढील संख्यांच्या गुणाकार करण्याचे काय?

दुसऱ्या दिवशी, मी शिक्षकांना विचारले, "३० पेक्षा मोठ्या संख्यांचा गुणाकार आम्ही कसा करायचा? त्यासाठी ३० पेक्षा मोठे पाढे पाठ असणे आवश्यक नाही का?"

"छान प्रश्न विचारलास, दुर्गेश!" शिक्षक उत्साहाने म्हणाले, "असा गुणाकार केवळ २ ते ९ पर्यंतचे—म्हणजेच एकेरी अंकी—पाढे वापरून, टप्प्यांच्या प्रक्रियेद्वारे करता येतो. ती पद्धत तुम्हा सर्वांना मी पुढच्या आठवड्यात शिकवेन!"

काय? फक्त २ ते ९ पर्यंतचे पाढे? मला तर जबरदस्त धक्काच बसला होता! जर आपल्याला केवळ फक्त २ ते ९ पाढ्यांचाच वापर करायचा असेल, तर मग ११ ते ३० पर्यंतचे पाढे पाठ करण्याची आपल्याला गरजच काय होती? शिक्षक पुढे काय स्पष्टीकरण देतात, हे पाहण्यासाठी मी आठवडाभर वाट बघायचे ठरवले.

पुढच्या आठवड्यात शिक्षकांनी आम्हाला एक नवीन पद्धत शिकवली – बहु-पदी गुणाकार. मला हे स्पष्ट झाले की, यासाठी आम्हाला फक्त एक-अंकी पाढ्यांची – म्हणजे केवळ २ ते ९ च्या पाढ्यांची – गरज होती. मी निकालांची पडताळणी केली. मी एक-पदी गुणाकार पद्धत वापरली असो किंवा बहु-पदी गुणाकार पद्धत, उत्तरे अगदी तंतोतंत सारखीच आली.

परंतु, '३० पर्यंतचे पाढे लिहिणे' हा दैनंदिन गृहपाठ आणि वर्गातील उजळणीचा सराव मात्र अजूनही सुरूच होता. मला ते अनावश्यक वाटत असे; कारण 'बहु-पदरी पद्धती'चा (multi-step method) वापर करूनही मला गुणाकाराचे तेच परिणाम साध्य करता येत होते. पण तो गृहपाठ सक्तीचा असल्यामुळे, मी ते लिहिणे सुरूच ठेवले. माझ्यासाठी तर, ती केवळ एक नित्याची आणि जलद बेरीज करण्याची कसरत बनून राहिली होती.

पुढच्याच आठवड्यात, तिसऱ्या इयत्तेच्या शिक्षकांनी जाहीर केले की, ३० पर्यंतचे पाढे लिहू न शकणाऱ्या विद्यार्थ्यांसाठी ते छडीची शिक्षा सुरू करतील.

वर्गात घबराटीने कळस गाठला होता. बहुतांश विद्यार्थी ३० पर्यंतचे पाढे लिहू शकत नव्हते. अनेकांनी वेड्यासारखे पाढे तोंडपाठ करायला सुरुवात केली, तर काहींनी इतरांच्या वह्यांकडे चोरून पाहत त्यातून आपल्या वहीत उतरवून घेण्याचा मार्ग अवलंबला. छडीच्या भीतीचा परिणाम – आता काही विद्यार्थी ३० पर्यंतचे पाढे काहीही करून कसेतरी लिहू शकत होते.

एके दिवशी मधल्या सुट्टीत, आम्ही मुले अनेकदा गप्पा मारत असो आणि एकमेकांना आपली गुपिते सांगत असो. अशाच एका वेळी मधल्या सुट्टीत बबलूने माझ्या कानात त्याचे गुपित हळूच सांगितले, "अरे दुर्गेश! माझी गंमत ऐक! मला २३ ते २९ चे पाढे पाठ नाहीत! मी ते माझ्या शेजारी बसलेल्या मित्राच्या वहीत बघून उतरवून घेतो."

"अशी तर माझी पण गंमत आहे!" मी उत्तर दिले. "मला सुद्धा ते पाठ नाहीत!"

फारसा विचार न करताच मी माझे गुपित–काही अंशी–सांगून टाकले. मला ते पाढे पाठ नाही, हे मी सांगितले; पण ते लिहिण्याची माझी पद्धत मात्र मी सांगितली नाही.

दुर्दैवाने, एके दिवशी बबलूला कॉपी करताना शिक्षकांनी पकडले.

शिक्षक संतापाने लालबुंद झाले होते.

"बबलू, या फसवणुकीबद्दल आता तुला छडीचे दोन फटके मिळतील – दोन्ही तळहातावर एक एक फटके!" शिक्षक रागाने ओरडले.

एकच फटका असह्य होता. दोन फटके तर अकल्पनीय होते!

"नाही सर, थांबा!" बबलू रडत ओरडला, "फक्त मीच नाही! इतर बरेच विद्यार्थीही नक्कल करतात. दुर्गेशलाही २३ ते २९ पर्यंतचे पाढे पाठ नाहीत!"

आम्ही मुले अनेकदा एकमेकांशी आमची गुपिते वाटून घ्यायचो; त्यामागे एक अलिखित नियम असायचा की ती गुपिते इतरांना, आणि विशेषतः मोठ्यांना, सांगायची नाहीत!

"दुर्गेश, हे खरं आहे का? तू ही पाढे बघून लिहितोस का?" सरांनी मला मोठ्या आवाजात दरडावून विचारले.

कितीतरी डझन डोळे माझ्याकडे वळले गेले. माझ्या हृदयाचे ठोके मला धडधडीत ऐकू येत होते. माझा घसा कोरडा पडला होता.

"नाही सर, मी कोणाच्याही वहीत बघून लिहीत नाही. मी ते न बघता लिहू शकतो. मी तुम्हाला आत्ता लिहून दाखवू शकतो." मी उत्तर दिले.

सर हातात छडी घेऊन हळूहळू माझ्या दिशेने चालत आले.

"ठीक आहे! २३ ते २९ पर्यंतचे पाढे लिहायला खूप वेळ लागेल. माझ्यासमोर फक्त २९ चा पाढा लिहून दाखव. आत्ताच्या आत्ता!" सरांनी हुकूम दिला.

मला सरसरून भीतीची एक थंड लाट जाणवली. २९ सारखा एखादा कठीण पाढा मला थेट लिहिता येत नव्हता. मला २० किंवा २५ सारख्या एखाद्या सोप्या पाढ्यापासून सुरुवात करण्याची गरज होती. थेट २९ च्या पाढ्यावर झेप घेणे अशक्य होते. हीच माझ्या पद्धतीची उणीव होती.

शिवाय, माझी पाढे लिहिण्याची पद्धत उघड करावी असे मला वाटत नव्हते. मला अशी शंका होती की, त्यांच्या नजरेत माझी ही पद्धत म्हणजे 'फसवणुकीचाच' आणखी एक प्रकार ठरू शकेल. मी २५ च्या पाढ्यापासून सुरुवात करून पुढे जाऊ शकत होतो. मला फक्त योग्य शब्दांत सरांची समजूत घालणे गरजेचे होते.

"सर, मी पाढे खूप वेगाने लिहू शकतो. मी तुम्हाला २५ ते २९ पर्यंतचे पाढे पटपट लिहून दाखवेन!" मी आग्रह धरला.

"काय? ठीक आहे. २५ च्या पाढ्यापासून सुरुवात कर." सर सहमत झाले.

हे ऐकून मला पूर्णपणे हायसे वाटले. मी २५ चा पाढा पटकन लिहून काढला. शिक्षक अगदी बारकाईने लक्ष ठेवून होते. मी इकडेतिकडे कोणाच्याही वहीतून पाहून पाढे लिहित नव्हतो. माझे पूर्ण लक्ष माझ्या वहीमध्ये होते. त्यानंतर मी २६ चा पाढा पटापट लिहिला, त्यापाठोपाठ २७, २८ आणि शेवटी—अगदी बिनचूक—२९ चा पाढा लिहिला.

सरांनी माझी वही घेतली, ती तपासून पाहिली आणि बबलूला दाखवत म्हणाले, "हे बघ! २९ चा पाढा! अगदी माझ्या डोळ्यांदेखत त्याने तो बिनचूक लिहिला आहे! तू त्याला विनाकारण त्रास दिलास. आता तुला तीन फटके मिळतील—प्रत्येक हाताच्या तळव्यावर एक आणि पाठीवर एक."

त्या दिवशी, छडीचे तीन फटके खाऊन, बबलूने नरकाची एक छोटीशी सफर अनुभवली होती!

त्याच्या रडण्या व ओरडण्यामुळे पूर्ण वर्ग भीतीने थिजून गेला होता.

(आजचा प्रौढ दुर्गेश)

त्या दिवसाला आता कित्येक दशके लोटली आहेत; फक्त १ ते १० पर्यंतचे पाढे पाठ असलेल्या त्या मुलापासून, अनेक नवीन गोष्टी समजणाऱ्या एका पुरुषापर्यंतचा माझा प्रवास झाला आहे.

मला उमजले की एखादी समस्या सोडवण्याचे अनेक मार्ग असू शकतात. व्यापक अर्थाने सांगायचे तर, आयुष्य जगण्याच्याही अनेक पद्धती किंवा वाटा असू शकतात. परंतु, जेव्हा तुम्हाला एखादी अशी पद्धत किंवा वाट सापडते जी तुमच्यासाठी खरोखरच उपयुक्त ठरते, तेव्हा तुम्हाला दुसऱ्या कोणाचीही पद्धत किंवा वाटा अनुसरण्याची काहीच गरज उरत नाही. अशा वेळी, जेव्हा योग्य वेळ येईल, केवळ तेव्हा स्वतःचा 'पाढा'—अगदी '२९ चा पाढा'—लिहिण्यास सुद्धा तुम्ही सज्ज असायला हवे.

25	+1=	26	+1=	27	+1=	28	+1=	29
50	+2=	52	+2=	54	+2=	56	+2=	58
75	+3=	78	+3=	81	+3=	84	+3=	87
100	+4=	104	+4=	108	+4=	112	+4=	116
125	+5=	130	+5=	135	+5=	140	+5=	145
150	+6=	156	+6=	162	+6=	168	+6=	174
175	+7=	182	+7=	189	+7=	196	+7=	203
200	+8=	208	+8=	216	+8=	224	+8=	232
225	+9=	234	+9=	243	+9=	252	+9=	261
250	+10=	260	+10=	270	+10=	280	+10=	290

टीप: १९८० च्या दशकातील भारतीय शाळांमध्ये शारीरिक शिक्षा ही एक समाजमान्य बाब होती. आज मात्र अशा शिक्षेला योग्यपणे मान्यता नाही.

५. छडी लागे छम छम, विद्या येई घम घम

शिक्षा ही दुधारी तलवार आहे. ती सुधारूही शकते किंवा बिघडवूही शकते.

(बाल दुर्गेश @ वय ७)

शाळेतील तिसऱ्या इयत्तेचे शैक्षणिक वर्ष पूर्ण होण्यास अजून काही आठवडे बाकी होते. तिसऱ्या इयत्तेचे 'राक्षस गण' शिक्षक म्हणून ओळखल्या जाणाऱ्या शिक्षकांना सर्व विद्यार्थी घाबरायचे आणि त्यांच्या छडीच्या शिक्षेपासून वाचण्यासाठी ते आटोकाट प्रयत्न करायचे. ती परिस्थिती म्हणजे अगदी 'काचेच्या तुकड्यांना बाजूला सारून चालण्यासारखी' नाजूक आणि तणावपूर्ण होती. शाळेचा अभ्यासक्रम आणि गृहपाठ यांपेक्षाही, शिक्षेची केवळ कल्पनाच विद्यार्थ्यांना अधिक भयानक वाटत होती.

बबलूला वगळता, सर्वजण शिक्षा टाळण्यासाठी सामूहिकरीत्या शक्य तितकी एकमेकांना मदत करत होते.

बबलू हा एकमेव विद्यार्थी होता ज्याला 'तीन फटक्यांची' शिक्षा मिळाली होती आणि त्यामुळे त्याला अत्यंत मानहानी झाल्यासारखे वाटले होते. त्यानंतर इतर विद्यार्थ्यांनाही तशी छडीची शिक्षा मिळावी यासाठी तो सक्रियपणे संधी शोधू लागला. तो शिक्षकांकडे तक्रारी करायचा आणि आम्ही एकमेकांना मदत करण्यासाठी करत असलेल्या प्रयत्नांमध्ये खोडा घालायचा. तो सतत इतर विद्यार्थ्यांना—आणि विशेषतः मला—छडीची शिक्षा मिळावी याचा प्रयत्न करत होता.

फक्त तिसरीच्याच विद्यार्थ्यांना छडीच्या शिक्षेला सामोरे जावे लागले असे नव्हते. दररोज सकाळी शाळेला सुरुवात होण्यापूर्वी, तिसऱ्या आणि अंतिम घंटेच्या आधी (पाच मिनिटांच्या अंतराने) दोन घंटा वाजायच्या. तिसरी घंटा झाल्यानंतर, सकाळचे राष्ट्रगीत, प्रतिज्ञा आणि इतर गीते म्हणण्याचा कार्यक्रम पूर्ण होईपर्यंत शाळेचे प्रवेशद्वार बंद ठेवले जात असे. शाळेत उशिरा येणाऱ्या

विद्यार्थ्यांना प्रवेशद्वारापाशीच थांबून राहावे लागत असे. तो कार्यक्रम पूर्ण झाल्यानंतर शाळेचे प्रवेशद्वार पुन्हा उघडले जाई; आणि त्यानंतर, तिसरीच्या वर्गातील शिक्षकाकडून एक छडी खाल्ल्यानंतरच, उशिरा आलेल्या विद्यार्थ्यांना आपापल्या वर्गांकडे जाता येत असे. त्यानंतर मात्र, दिवस संपेपर्यंत शाळेचे प्रवेशद्वार उघडेच राहत असे.

माझे घर शाळेच्या अगदी जवळ होते; त्यामुळे, अगदी घरातूनही मला सुरुवातीच्या घंटा सहज ऐकू येत असत. त्यामुळे राष्ट्रगीतासाठी मला कधीच उशीर होऊ शकत नव्हता—निदान मला तरी तसंच वाटत होतं.

सोमवारी लवकर उठणे माझ्यासाठी नेहमीच एक आव्हान होते.

आदल्या दिवशी रविवारी, बराच वेळ खेळत बसल्यामुळे आणि रात्री आजोबांशी दीर्घकाळ गप्पागोष्टी केल्यामुळे, मला झोपायला थोडा उशीर झाला. परिणामी, सकाळी उठायलाही मला थोडा उशीरच झाला. मी शाळेसाठी तयार होत असतानाच, दुसरी घंटा वाजली. माझ्या पोटात गोळा आला आणि माझे हात घामाने थबथबले. माझ्या आईने मला घाईघाईने कपडे घालण्यास मदत केली आणि माझी शाळेची पिशवी माझ्या हाती दिली. मी शाळेच्या दिशेने धावत सुटलो. अर्धे अंतर कापल्यानंतर—हृदयाचे ठोके वेगाने पडत असतानाच—तिसरी घंटा वाजली आणि शाळेचे प्रवेशद्वार बंद झाले.

छडीच्या एक फटक्याची शिक्षा मिळेल, हा विचारच अत्यंत भयानक होता. राष्ट्रगीत आता जवळजवळ संपत आले होते आणि त्यानंतर लगेचच प्रतिज्ञा व इतर गाणी सुरू होतील, हे मला ऐकू येत होते.

मी स्वतःला शांत केले आणि शिक्षेतून वाचून निसटून जाण्याबद्दल काही वेळ विचार केला. उशिरा येणाऱ्या विद्यार्थ्यांना शिक्षा देण्यासाठी तिसऱ्या इयत्तेचे शिक्षक प्रवेशद्वारापाशीच वाट पाहत उभे असतील. प्रवेशद्वार पुन्हा उघडले गेल्यावर, उशिरा येणाऱ्या विद्यार्थ्यांना शिक्षा केल्यावरच ते आपल्या वर्गात परततील.

माझ्या लक्षात आले की, जर मी शाळेच्या प्रवेशद्वारापासून काही अंतरावर उभा राहिलो, शिक्षा देण्याची ती प्रक्रिया पूर्ण होण्याची वाट पाहिली आणि सर्वजण वर्गात गेल्यानंतर जर आत शिरलो, तर मला छडीची शिक्षा चुकवणे शक्य होईल. म्हणून, मी तिथे काही अंतरावर वाट पाहत थांबलो.

अपेक्षेप्रमाणेच, प्रवेशद्वारावर उशिरा आलेल्या विद्यार्थ्यांना शिक्षा केल्यानंतर, तिसऱ्या इयत्तेचे शिक्षक हजेरी-नोंदवही घेण्यासाठी पुन्हा स्टाफ रूममध्ये गेले.

त्या अगदीच अल्पशा अवधीत, कोणाच्याही—आणि विशेषतः माझ्या तिसऱ्या इयत्तेच्या शिक्षकांच्या—नजरेत न येता मला वर्गाच्या आत पोहोचायचे होते. पण, अजूनही एक अडथळा बाकी होता—बबलू. तो वर्गाच्या आतून, वर्गाच्या दरवाजावर अगदी काटेकोरपणे पहारा देत उभा होता. मला खात्री होती की, एक तर तो मला वर्गात प्रवेशच करू देणार नाही किंवा मग मी उशिरा आलो आहे हे तो मुद्दामहून उघडकीस आणेल आणि मला छडीची शिक्षा मिळेल याची खात्री करेल.

मी माझ्या योजनेत थोडासा बदल केला.

आमच्या वर्गाच्या खोल्या काँक्रीटच्या बनलेल्या नव्हत्या. त्या तट्ट्याच्या होत्या आणि छप्पर पत्र्याचे होते. तट्ट्याच्या भिंतींच्या चारही बाजूंना अनेक कमकुवत जागा होत्या. भिंतींमधील त्या कमकुवत जागांतून मला स्वतःला जरी आत जाता आले नाही, तरी मी माझी शाळेची पिशवी मात्र आत ढकलून देऊ शकत होतो.

थेट वर्गाच्या दरवाजाकडे जाण्याऐवजी, मी दुसऱ्या बाजूला गेलो. वर्गात शिक्षक अजून आले नसल्याने, नेहमीप्रमाणे गप्पांचा गोंधळ चालू होता. कोणाचेही लक्ष वेधून न घेता, माझी शाळेची पिशवी गुपचूप वर्गात ढकलली. त्यानंतर, पाणी पिण्यासाठी मी पुन्हा पाण्याच्या टाकीकडे गेलो. पाणी पीत असतानाच, शिक्षक हजेरीपटासह तिसऱ्या इयत्तेच्या वर्गात शिरल्याचे मला दिसले.

पाणी प्यायल्यानंतर, मी वर्गाच्या दरवाजाच्या दिशेने गेलो. शिक्षक आत असल्यामुळे, आता वर्गात पूर्णपणे शांतता होती.

तिसरीच्या वर्गाचे शिक्षक आम्हाला विद्यार्थ्यांना केवळ दोन कामासाठीच वर्गाबाहेर जाण्याची परवानगी देत असत – स्वच्छतागृहासाठी आणि पाणी पिण्यासाठी. आम्ही विद्यार्थी याचा वापर केवळ अत्यंत निकडीच्या प्रसंगीच करत असू.

"सर, मी आत येऊ?" वर्गाच्या दाराशी उभे राहून मी परवानगी मागितली.

माझे थोडे ओले हात त्यांना दिसत होते, ज्यावरून मी नुकताच पाणी पिऊन परतलो आहे, हे स्पष्ट होत होते.

"हो, ये आत." सरांनी परवानगी दिली.

मी वर्गात प्रवेश करत असतानाच, बबलू पटकन उभा राहिला आणि तीक्ष्ण आवाजात ओरडून बोलला, "सर, थांबा! दुर्गेशला एक छडीच्या फटक्याची तरी शिक्षा मिळालीच पाहिजे."

मी बबलूवर एक थंड, अर्थपूर्ण कटाक्ष टाकला. मी अगदी शांत आणि संयमात होतो कारण त्याच्याकडून अशाच काहीतरी प्रकारच्या वागणुकीची अपेक्षा मला आधीच होती.

शिक्षकांनी बबलूला विचारले, "मी विनाकारण शिक्षा करत नाही. मला सांग, दुर्गेशला छडीचा एक फटका का मिळाला पाहिजे?"

"त्याला वर्गात यायला उशीर झाला आहे." बबलूने कारण सांगितले.

"नाही सर, मी फक्त पाणी पिऊन परत येत आहे. माझी शाळेची बॅग आधीच वर्गात आहे." असे म्हणत मी माझे ओले हात दाखवले आणि आत असलेल्या माझ्या शाळेच्या बॅगेकडे बोट दाखवले.

मी पाणी पिऊन परत येत आहे, याची शिक्षकांना आधीच खात्री पटली होती; म्हणूनच त्यांनी मला वर्गात येण्याची परवानगी दिली होती. वर्गात माझ्या शाळेच्या पिशवीच्या उपस्थितीने या गोष्टीला आणखी एक दुजोरा मिळाला होता.

"दुर्गेश, आत ये आणि बस." शिक्षकांनी आज्ञा दिली आणि पुढे म्हणाले, "...आणि बबलू, तू आता छडीच्या शिक्षेसाठी तयार हो. मी तुला पर्याय देईन!"

बबलू अत्यंत भयभीत झाला होता!

हातात छडी घेऊन शिक्षक हळूहळू त्याच्याकडे चालत गेले आणि शांत आवाजात म्हणाले, "मी गेल्या अनेक दिवसांपासून तुझ्यावर लक्ष ठेवून आहे. तू विनाकारण तुझ्या वर्गमित्रांसाठी अडचणी निर्माण करत आहेस आणि त्यांना शिक्षा मिळावी, यासाठी सक्रियपणे प्रयत्न करत आहेस."

शिक्षक शांतपणे बोलत होते, पण बबलू भीतीने थरथरत होता.

"माझ्या मनात तुझ्यासाठी दोन प्रकारच्या शिक्षा आहेत." शिक्षकांनी पुढे सांगितले, "पहिली म्हणजे, आता छडीचे तीन फटके खा आणि तुझ्या वर्गमित्रांना त्रास देण्याचे तुझे वागणे तसेच चालू ठेव. किंवा दुसरी म्हणजे, आता छडीचा फक्त एकच फटका खा आणि मला वचन दे की तू तुझ्या वर्गमित्रांना

पुन्हा कधीही त्रास देणार नाहीस. तुझी निवड काय आहे ते मला सांग!" शिक्षकांनी त्याच्या अगदी समोर उभे राहून त्याला विचारले.

संपूर्ण वर्ग शांत झाला. प्रत्येकजण बबलूच्या निवडीची वाट पाहत होता!

त्या दिवशी, बबलूने एका फटक्याची छडीची शिक्षा निवडली.

त्यानंतर त्याने वर्गात कोणासाठीही कधीच समस्या निर्माण केल्या नाही.

पहिल्यांदाच, मी शिक्षेकडे केवळ एक वेदना म्हणून नव्हे, तर एक 'कलाटणी' म्हणून पाहिले! त्या प्रसंगानंतर, तिसरीच्या वर्गाचे ते शिक्षक आता 'राक्षस गणा'चे राहिले नव्हते. ते 'मनुष्य गणा'पेक्षाही काहीतरी अधिकच बनले होते—ज्यांच्यात 'राक्षस गणा'चा थोडासा कडकपणा आणि 'देव गणा'चा थोडासा न्याय्यपणा सामावलेला होता.

(आजचा प्रौढ दुर्गेश)

दशकांनंतर, गावी एका भेटीदरम्यान, माझी पुन्हा एकदा बबलूशी भेट झाली.

प्रौढ झालेला बबलू पूर्णपणे बदलला होता! केवळ त्याच्या बाह्य रूपानेच नव्हे, तर त्याच्या वर्तणुकीतही बदल झाला होता! तो आता एक मृदुभाषी आणि दयाळू माणूस बनला होता.

या बदलाचे कारण काय असावे? कदाचित ती छडीची भीती असावी किंवा कदाचित एक चांगला माणूस बनण्याचा त्याचा स्वतःचाच निर्णय असावा! किंवा कदाचित दोन्हीही!

कारण काहीही असो, अशा प्रकारे बदललेल्या प्रौढ बबलूला भेटून मला मात्र मनापासून आनंदच झाला.

६. डॉक्टर डॉक्टर

उन्हाळ्याच्या सुट्टीतील नाटके अमर्याद मजा देतात
(हेतूपूर्वक असो वा नसो)

(बाल दुर्गेश @ वय ८)

आमच्या गल्लीतील सर्व मुलांमध्ये पप्पू सर्वात श्रीमंत होता. त्याचे घर सर्वात मोठे होते आणि त्या घरातील सावलीने भरलेले अंगण इतके विशाल होते की, आमच्यासारख्या मुलांसाठी ते एक छोटेखानी खेळाचे मैदानच बनले होते. पप्पू प्रसिद्ध होता—पण त्याच्या त्या मोठ्या घरामुळे नव्हे, तर त्याच्या भोळेपणामुळे. तो तसा प्रेमळ मनाचा सरळ मुलगा होता, पण इतका भोळा होता की, कधीकधी आम्ही गंमतीने त्याला 'बाळू ' किंवा 'भोला' म्हणून हाक मारायचो.

उन्हाळ्याच्या सुट्टीत, आम्ही मुले दिवसभर—अगदी पहाटेपासून ते संध्याकाळपर्यंत—खेळत असू. दुपारच्या वेळी, आम्ही पप्पूच्या घरी जमायचो आणि त्याच्या प्रशस्त अंगणात विविध खेळ खेळायचो. आमचे हे खेळ पप्पूच्या आई-वडिलांसाठी एक अतिरिक्त मनोरंजनाचे साधन बनले होते. एखाद्या नाटकाचा किंवा चित्रपटाचा आस्वाद घ्यावा, अगदी त्याचप्रमाणे ते दूरवरून निवांतपणे आम्हाला खेळताना पाहण्याचा आनंद लुटत असत.

आजूबाजूच्या गल्ल्यांमधील सर्व मुले आणि मुली दुपारच्या वेळी तिथे एकत्र जमत असत आणि विविध खेळ खेळत असत. त्यांतील सर्वात लोकप्रिय खेळ म्हणजे 'डॉक्टर-डॉक्टर' हा होता—हे एक संपूर्ण नाटकच असे, ज्यामध्ये डॉक्टर, नर्स, रुग्ण आणि त्यांचे नातेवाईक अशा विविध पात्रांचा समावेश असे. आम्हा मुलांना अभिनय आणि नाटकाची खूप आवड होती, त्यामुळे दवाखान्यात किंवा रुग्णालयात आम्ही नेहमी देत असलेल्या भेटींमधील काही प्रसंग आम्ही या खेळातून हुबेहूब साकारत असू.

कधीकधी आम्ही आजारी रुग्णासोबत त्याच्या काही नातेवाईकांना घेऊन दवाखान्याचे दृश्य साकारायचो, तर कधीकधी आम्ही रुग्णालयातील प्रयोगशाळा आणि एक्स-रे भेटींचे नाट्यीकरण करायचो. गोंधळ आणि मजा नेहमीच शिगेला पोहोचलेली असायची. आम्ही डॉक्टर, रुग्ण आणि नातेवाईक यांच्या भूमिका कोण करणार हे आपल्या आवडीनुसार बदलत असू.

या उन्हाळी सुट्टीत काही नवीन चेहरे पाहायला मिळाले. आमच्या गल्लीत काही नवीन कुटुंबे राहायला आली होती आणि त्यांची मुलेही पप्पूच्या घरी चालणाऱ्या आमच्या नाट्यगटात सामील होत होती. प्रत्येकजण आपली ओळख करून देत होता. त्या नवीन मुलांमध्येच मला एक नवीन मुलगी भेटली—उर्वी.

उर्वीमध्ये काहीतरी वेगळे होते. तिचे डोळे, तिचे हास्य, तिचे काजळासारखे काळेभोर केस आणि ... अचानक मला काहीतरी विचित्र जाणवले.

मला तहान लागली नव्हती, तरीही माझा घसा कोरडा पडला होता.

मी धावतही नव्हतो आणि घाबरलेलोही नव्हतो, तरीही माझे हृदय जोरात धडधडत होते.

मला कोणत्याही परीक्षेला सामोरे जायचे नव्हते, तरीही माझ्या पोटात कालवाकालव होत होती.

भावनांच्या अशा मिश्रणाचा अनुभव मी यापूर्वी कधीच घेतला नव्हता. इतर मुलांच्या सहवासात असताना, मला अगदी सामान्य वाटायचे; पण उर्वीच्या सानिध्यात येताच, त्या विचित्र भावना पुन्हा उफाळून यायच्या. या गोष्टीमुळे मला एकाच वेळी वेड लागावे इतका गोंधळल्यासारखे आणि तरीही अत्यंत सुखद वाटत होते. भावनांच्या त्या विचित्र मिश्रणाला मी एक नवीन नावही दिले:

धडबड (धडधड + गडबड).

माझ्या बाबतीत नक्की काय चालले आहे याचा विचार करत, त्या उन्हाळ्यात अनेक दिवस मी पप्पूच्या अंगणात 'डॉक्टर-डॉक्टर'सह विविध खेळ खेळणे सुरूच ठेवले.

एके दिवशी, पप्पू 'निरोप घेण्याच्या एका नवीन पद्धतीचा' शोध लागल्यामुळे अत्यंत आनंदी झाला होता. त्याने जाहीर केले की, पुढच्या 'डॉक्टर-डॉक्टर'

खेळामध्ये तो रुग्णाची भूमिका साकारेल आणि मोठ्या माणसांची ती नवीन निरोप घेण्याची पद्धत करून दाखवेल.

आम्हा मुलांना याची जाणीव होती की, मोठ्यांमध्ये परस्परांना अभिवादन करण्याच्या काही अशा पद्धती होत्या—जसे की 'नमस्ते' किंवा 'प्रणाम'—ज्यांचा वापर आम्ही मुले एकमेकांमध्ये करत नसू. त्यामुळे, निरोप घेण्याच्या या नव्या पद्धतीबद्दल जाणून घेण्यास आम्ही मुले, तसेच त्याचे आई-वडीलही अत्यंत उत्सुक होतो.

तर, आम्ही भूमिकांचे वाटप केले. श्याम डॉक्टर बनला, पप्पू रुग्ण बनला, दुसरी एक मुलगी—मुन्नी—परिचारिका बनली आणि उर्वी व मी रुग्णाचे नातेवाईक बनलो. मुन्नी निरोप देण्याच्या नवीन पद्धतीचाच एक भाग असल्याने, पप्पूने तिला त्याबद्दल आणखी काही तपशील सांगितले.

आम्ही आमच्या नाटकाला सुरुवात केली. उर्वी आणि मी पप्पूच्या सोबतीने डॉक्टरांकडे गेलो. डॉक्टर श्याम यांनी रुग्ण पप्पूची तपासणी केली आणि त्याला औषधे लिहून दिली. तिथून निघताना, नातेवाईकांच्या भूमिकेत असलेल्या उर्वी आणि मी डॉक्टर श्याम यांचे आभार मानले. दवाखान्यातून परतत असताना, पप्पू पुन्हा नर्स मुन्नीकडे गेला, तिला घट्ट मिठी मारली आणि एकमेकांपासून दूर होताना त्या दोघांनीही एकमेकांना 'फ्लाइंग किस' दिले.

निरोप घेण्याच्या या आगळ्यावेगळ्या पद्धतीमुळे पप्पूचे आई-वडील पूर्णपणे अवाक झाले.

"पप्पू! ही निरोप घेण्याची पद्धत तू कुठे पाहिलीस?" त्याच्या आईने कडक आवाजात विचारले.

पप्पूचे वडील हळूच घरात शिरत असतानाच, पप्पू म्हणाला, "मी हे काल पाहिलं. क्लिनिकमध्ये बाबा त्या नर्सला अशाच प्रकारे निरोप देत होते."

अचानक पप्पूच्या आईचा संतापाचा कडेलोट झाला. पप्पूचे वडील तिला शांत करण्याचा प्रयत्न करत होते.

पप्पूच्या आईला इतक्या प्रचंड रागाने संतापलेली पाहून सर्व मुले भयभीत आणि आश्चर्यचकित झाली.

त्या धक्क्याने घाबरून उर्वीने माझा हात घट्ट पकडला.

तिचा तो मऊ आणि उबदार हात! मी जागेवरच थिजून गेलो. माझ्या हृदयाची धडधड प्रचंड वाढली होती. माझ्या आत उसळणारा असा आवेग मी यापूर्वी कधीच अनुभवला नव्हता.

आमचा खेळ अचानक थांबला. पुढे काय करावे, याचा विचार प्रत्येकजण करत होता. पप्पूची आई अचानक इतकी का रागावली होती?

...आणि मला प्रश्न पडला होता की, मला इतका विद्‌युत-लहरींसारखा थरार का जाणवत होता...

धडबड, धडबड, धडबड !

(आजचा प्रौढ दुर्गेश)

इतकी दशके लोटल्यानंतर, जेव्हा मी पप्पूच्या त्या कृतीकडे मागे वळून पाहतो, तेव्हा माझ्या चेहऱ्यावर आपोआपच एक हास्य उमटते. पप्पूने नकळतपणेच एक गुपित उघड केले होते. परंतु, त्यानंतर त्याच्या कुटुंबात काहीही मोठी घटना घडली नाही. पप्पूचे वडील परिस्थिती हाताळण्यात वाकबगार होते आणि त्यामुळेच त्यांच्यातील तो वाद अगदी अल्पावधीतच मिटला.

माझ्या बाबतीत, ती विचित्र भावना—धडबड—पुन्हा अनेकदा अनुभवली गेली. बालपणात उर्वीशी संवाद साधण्याची संधी मला क्वचितच मिळाली. परंतु, माझ्या विशीत 'डॉक्टर उर्वी' पुन्हा माझ्या आयुष्यात आली आणि पुढे जाऊन ती माझ्या आयुष्यातील अत्यंत जवळच्या मैत्रिणींपैकी एक बनली.

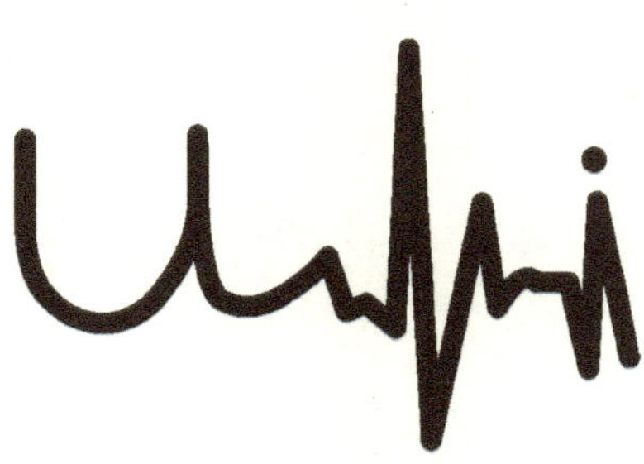

७. चिलमिल

गावाकडील उन्हाळ्याच्या सुट्ट्यांमधील मज्जा शहरापेक्षा पूर्णपणे वेगळी असते.

(बाल दुर्गेश @ वय ८)

उन्हाळ्याच्या सुट्ट्या सुरू झाल्या आणि या वेळी माझ्या आजोबांनी मला त्यांच्या मूळ गावी नेले. आमच्या मध्यम आकाराच्या शहरापासून तालुक्याच्या गावापर्यंतचा प्रवास आम्ही बसने केला. खरी गंमत मात्र त्यानंतर सुरू झाली. तालुक्याच्या ठिकाणापासून आमच्या मूळ गावी जाण्यासाठी आम्ही बैलगाडीचा वापर केला. बैलगाडीतून प्रवास—हा अनुभव मी पहिल्यांदाच घेत होतो! ते बैल अगदी निवांत गतीने चालत होते आणि डौलाने डुलत होते. त्यांच्या गळ्यातील घंटा त्यांच्या प्रत्येक पावलाच्या तालावर एकसुरात वाजत होत्या. आजूबाजूच्या निसर्गदृश्यांचा आस्वाद घेण्यासाठी ती गती अगदीच योग्य होती—चालण्याच्या वेगापेक्षा थोडी जास्त, पण बसच्या वेगापेक्षा कमी.

आम्ही गावात पोहोचलो. गावाकडचे वातावरण शहरापेक्षा पूर्णपणे वेगळे होते. तिथे विविध प्रकारचे वृक्ष आणि झुडपे होती! सर्वत्र गवत उगवलेले होते आणि त्यातूनच, चालण्याच्या वाटा दर्शवणाऱ्या थोड्याशा धुळकट पायवाटा दिसत होत्या. तिथे लाकडापासून बनवलेल्या काही झोपड्या होत्या. केवळ पाटीलवाडा मात्र दगडांनी बांधलेला होता. गावातील मंदिर साधे असले, तरीही ते अत्यंत स्वच्छ आणि नीटनेटके ठिकाण होते; आणि आमची झोपडी त्या मंदिराच्याच जवळ होती.

गावातील दैनंदिन जीवनाची गतीच काही वेगळी होती. अगदी दुसऱ्या दिवसापासूनच मला हा फरक जाणवू लागला. प्रत्येकजण अगदी पहाटेच उठत असे, पण तरीही कोणालाही कसलीही घाई नसे! प्रत्येकजण गाणी गुणगुणत किंवा हळू आवाजात काहीतरी म्हणत आपल्या कामाचा आनंद घेत असल्याचे दिसत होते. त्या गावात माझ्या वयाची मुले फारच कमी होती आणि ती अगदीच वेगळ्या शैलीत बोलत असत. त्यांच्या भाषेची ती विशिष्ट लकब

आणि बोलण्याचा सूर आत्मसात करून, त्यांच्याशी जुळवून घ्यायला मला दोन-एक दिवस लागले.

मी गावातील मुलांमध्ये तसेच मोठ्या माणसांमध्ये मिसळू लागलो. सकाळ आणि संध्याकाळच्या वेळी, आम्ही मुले मिळेल त्या पाडसाच्या, कोकराच्या किंवा वासराच्या मागे धावत खेळायचो. दुपारची वेळ खूपच शांत असायची. सर्व मुले आपापल्या घरी परत जायची, तर मोठी माणसे कडुलिंबाच्या झाडाच्या पारावर एकत्र जमायची आणि त्या झाडाच्या थंडगार सावलीत विविध बैठे खेळ खेळायची. त्यात कोणतेही आकर्षक सोंगट्या किंवा फासे नसायचे. ते सहजतेने उपलब्ध असलेल्या नैसर्गिक आणि मुबलक साहित्याचा वापर करायचे. ओल्या मातीच्या पृष्ठभागावर रेषा काढण्यासाठी सरपण किंवा तुराट्या वापरल्या जायच्या. कठीण पृष्ठभागांवर रेषा काढण्यासाठी गेरूचा दगड किंवा त्याची पूड वापरली जायची. फासे म्हणून कवड्या किंवा शिंपले आणि सोंगट्या म्हणून गारगोट्या वापरल्या जायच्या.

काही मोठी माणसे खेळत असताना, इतर अनेक जण तिथे बसून ते खेळ पाहत होते. मी त्यांच्या जवळ गेलो.

"अरे पोरा! तू देवाचा नातू आहेस, हो ना?" एका माणसाने विचारले.

"हो" मी थोडक्यात उत्तर दिले.

"आता दुपारची वेळ आहे! तू झोपडीच्या आत का झोपला नाहीस?" दुसऱ्याने विचारले.

"तुम्ही जे हे नवीन खेळ खेळत आहात, ते मला पाहायचे आहेत." मी उत्सुकतेने उत्तर दिले.

"खरंच! ये इथे! आमच्यात सामील हो आणि बघ!" तिसरा हसून म्हणाला.

मी एक प्रेक्षक म्हणून त्या गटामध्ये सामील झालो. तिथे विविध प्रकारचे बैठे खेळ खेळले जात होते. परंतु त्यापैकी एक खेळ मला विशेषतः अत्यंत रंजक वाटला – तो म्हणजे 'चिलमिल' खेळ. वरकरणी पाहता, हा चिलमिल (ज्याला 'फरेमरे', 'नवकंकरी', 'मृगयापट' किंवा 'Nine Men's Morris' असेही म्हटले जाते) खेळ 'टिक-टॅक-टो' (Tic-Tac-Toe) सारखाच दिसत होता. मात्र यामध्ये खेळाची आणि चालींचे अधिक वैविध्य सामावलेले होते.

चिलमिल चॅम्पियन नारायण मला समजावून सांगत होता, "प्रत्येक खेळाडूकडे ९ सोंगट्या असतात. सुरुवातीला सोंगट्या ठेवण्याचा टप्पा असतो, ज्यात दोन्ही खेळाडू आळीपाळीने आपल्या सोंगट्या ठेवतात. सोंगट्या हलवण्याच्या टप्प्यात, खेळाडूंना प्रत्येक पाळीत आपल्या सोंगट्या हलवाव्या लागतात. जेव्हा एखादा खेळाडू ३ सोंगट्यांची सरळ रेषा तयार करू शकतो, तेव्हा तो प्रतिस्पर्ध्याची कोणतीही सोंगटी उचलून खेळाच्या बाहेर हलवू शकतो. जेव्हा खेळाडूच्या ७ सोंगट्या संपतात किंवा तो आपली एकही सोंगटी हलवू शकत नाही, तेव्हा तो पराभूत होतो."

फक्त चिलमिलच नाही, तर त्याच वेळी इतर खेळाडूही वेगवेगळे बैठे खेळ खेळत होते. मला सर्व बाजूंनी सतत विनोदी गप्पा ऐकू येत होत्या.

"अरे, तुझे 'कवड्ये' (फासे) टाक! ते टाकताना तुला विचार करायची काहीच गरज नाही!" — एका खेळातून.

"त्या काडीला किती वेळ चावत बसणार आहेस? अरे, आता तरी काहीतरी हालचाल कर!" — दुसऱ्या एका खेळातून.

"तुला कदाचित माहीत नसेल, पण त्या दोन गोट्या खूप महत्त्वाच्या आहेत!" — चिलमिल खेळातून.

विनोद! हलकासा हशा! मनसोक्त धमाल!

खेळाडू आणि प्रेक्षक—दोघेही अनेक फेऱ्यांपर्यंत याचा आनंद लुटत असत. काही फेऱ्यांनंतर, प्रेक्षकांमधीलच काही लोक खेळाडू बनत आणि ती सगळी मौजमजा पुन्हा नव्याने सुरू होत असे. ती वडीलधारी मंडळी हा खेळ खेळत असताना, मी मात्र तो खेळ बारकाईने न्याहाळत आणि शिकून घेत होतो. त्या खेळाडूंमध्ये, नारायण (ज्याला 'नाऱ्या' म्हणूनही बोलावले जाई) हा त्या खेळातील एक निष्णात खेळाडू असल्याचे माझ्या लक्षात आले.

"या वेळी तू तुझ्या सगळ्या गोट्या गमावशील!" नारायण म्हणाला.

"आरं, शुभ बोल नाऱ्या!" दुसऱ्याने हसत उत्तर दिले.

एक आठवडाभर तो खेळ पाहिल्यानंतर, मी चिलमिल हा खेळ खेळायला सुरुवात केली. सुरुवातीला प्रत्येकानेच माझा दारुण पराभव केला, पण मी मात्र दिवसेंदिवस शिकत होतो. तिसऱ्या आठवड्यात मी काहीजणांना चिलमिलमध्ये पराभूत करू शकलो. त्यांच्या प्रतिक्रिया पाहण्यासारख्या होत्या.

"देवाचा नातू! तो टिंगरू! त्याने हरवलं मला!" माझा एक प्रतिस्पर्धी म्हणाला.

"बाबो! ह्ये कसं काय झालं?" पलीकडच्या बाजूच्या व्यक्तीने विचारले.

"मला बी न्हाई ठावं!" माझा प्रतिस्पर्धी म्हणाला.

पण नारायण हा अत्यंत कुशल खेळाडू होता आणि तो मला प्रत्येक वेळी हरवत असे. प्रत्येक विजयानंतर नारायण माझ्या डोक्यावर हलकेच टपली मारायचा, स्मितहास्य करायचा आणि म्हणायचा, "तू छान खेळतोस! पण तुला अजून खूप काही शिकायचं आहे!"

प्रत्येक खेळानंतर, माझ्याकडून नेमके काय चुकले याचे मी विश्लेषण करत असे आणि पुढील फेऱ्यांमध्ये अशा परिस्थितींचा सामना कसा करावा, याचा विचार करत असे. तिसऱ्या आठवड्याच्या अखेरीस, माझ्या खेळाचा दर्जा नारायणच्या बरोबरीचा झाला होता. माझ्या जलद शिकण्याच्या क्षमतेमुळे आणि खेळातील प्रगतीमुळे प्रत्येकजण आश्चर्यचकित झाला होता.

"लई वंगाळ हारलो म्या! तू नाऱ्याबरुबर खेळ!" माझ्या काही प्रतिस्पर्ध्यांनी म्हटले.

नारायणसोबतचे माझे खेळ आता बरोबरीत सुटू लागले होते. कोणीच जिंकत नव्हते. मी नारायणला कडवी झुंज देत होतो.

चौथ्या आठवड्यात, चिलमिल खेळातील हालचालींसाठी मी स्वतःच्याच काही चाली आखल्या. त्या नवीन चालींच्या जोरावर, मी अनेक प्रौढांचा सहजपणे पराभव केला.

अपेक्षेप्रमाणे काही फेऱ्यांनंतर नारायण माझा प्रतिस्पर्धी म्हणून समोर आला.

मी माझ्या सोंगट्या ठेवायला सुरुवात करताच, त्याला त्यातील वेगळेपणाची जाणीव झाली; पण त्याला फारसा अंदाज मात्र लावता आला नाही. सोंगट्या मांडण्याच्या त्या टप्प्यात, मी दोन वेगवेगळ्या ठिकाणी तीन सोंगट्यांची रचना पूर्ण करण्याच्या बेतात आहे, हे त्याला दिसले नाही. त्याने आपल्या एका सोंगटीने माझी एक रचना रोखली, आणि माझ्या पुढच्या पाळीत मी दुसऱ्या एका ठिकाणी माझ्या तीन सोंगट्यांची रचना पूर्ण केली.

"देवा नारायणा! ह्ये काय घडलं आत्ता?" एकजण उद्गारला, "असं कसं केलं त्यानं?"

मांडणीचा टप्पा संपेपर्यंत, नारायणचा एक मोहरा आधीच कमी झाला होता.

हालचालींच्या टप्प्यात, माझ्या काही चालींचा अत्यंत विध्वंसक परिणाम झाला.

लवकरच त्याने त्याच्या ७ सोंगट्या गमावल्या! मी जिंकलो! माझ्या चेहऱ्यावर आनंदाने अगदी कानापर्यंत हास्य फुलले होते!

नारायण डोळे विस्फारून आश्चर्याने पटाकडे एकटक पाहत होता. आतापर्यंतचा तो निर्विवाद विजेता होता.

"अरे, काय चाललंय तुमचं? तुमी समदे इत्के चिडीचूप काहाले?" रस्त्यावरून जाणाऱ्या पाटलांनी विचारले.

"राम राम पाटील ब्वा! देवाच्या नातवाने नुकतंच चिलमिलमध्ये नाऱ्याला हरवलंय!" एक जण उद्गारला.

"आँ! नाऱ्या, खरं हाय का ह्ये?" पाटलाने नारायणला मिश्किलपणे विचारले.

"नाऱ्याच्या समद्या गोट्या पिटल्या!" दुसऱ्याने थोडी आणखी माहिती दिली.

"बाबो, बाबो! मला बी दाखव! होऊन जाऊदे यकवार अजून!" पाटीलबुवा म्हणाले.

नारायण आणि मी दुसऱ्या फेरीसाठी सज्ज झालो. आधीच्या पराभवामुळे तो आधीच काहीसा अस्वस्थ झाला होता. माझ्या नवीन डावपेचांची त्याला अजिबातच सवय नव्हती.

नवीन खेळ चालू झाला आणि तो मागील फेरीसारखाच संपला.

नारायण आणखी एका पराभवाला सामोरे जात होता!

"आक्षी! लै भारी!" पाटील उद्गारले, "नाऱ्या, तुझ्या म्होरं हाय तुझ्यावानी योक भन्नाट गडी! होऊ दे यकवार अजून!"

एकामागून एक फेरी होत असताना, नारायण घामाने थबथबला होता आणि अधिकच खोलवर विचार करत होता. तरीही माझ्या सोंगट्यांच्या रचनेला रोखणे त्याला जमले नाही. आपल्या सात सोंगट्या गमावून किंवा आपल्या कोणत्याही सोंगटीला हलवता न आल्यामुळे, नारायणला एकानंतर एक अशा पराभवांच्या मालिकेला सामोरे जावे लागले.

"आता काय, नारायणा?" पाटीलबुवानं चेष्टेने विचारलं.

नारायणने सुद्धा मिश्किल स्वरात उत्तर दिले, "मी त्याला हेच सांगत आलो आहे की–तो चांगला आहे, पण त्याला अजून खूप काही शिकायचं आहे! पण आता मात्र असं वाटतंय की–तो तर चांगला आहेच, आणि मलाच त्याच्याकडून थोडं काही शिकण्याची गरज आहे!"

सगळेजण खदखदून हसले!

दुसऱ्या दिवसापासून नारायणने माझ्या नवीन चालींचा अभ्यास करण्यास सुरुवात केली. खेळ चालू असताना तो अत्यंत गांभीर्याने विचार करत होता आणि माझ्या कोणत्याही चालीला तो हलक्यात घेत नव्हता.

त्याला हे उमजले होते की, माझ्या हल्ल्याचा मुख्य धोका हा सुरुवातीच्या मांडणीच्या टप्प्यातच होता–जेव्हा कोणालाच फारशी अपेक्षा नसते. त्यानंतरचा हालचालींचा टप्पा मात्र माझी विजयाकडे केलेली केवळ एक वेगवान कूच होती.

त्यानेही अगदी तसेच केले, जसे मी केले होते. त्याने माझ्या चालींचा अभ्यास केला, विश्लेषण केले आणि त्यांना प्रत्युत्तर देण्यास सुरुवात केली. अवघ्या काही दिवसांतच, त्याने माझ्या चालींना प्रभावीपणे परतवून लावणे शिकून घेतले.

आता आमच्यात चाललेला खेळ पाहण्यात धमाल मजा येत होती.

मांडणीच्या टप्प्यात, आम्हा दोघांपैकी कोणालाच तीन सोंगट्यांची साखळी तयार करता येत नव्हती. हालचालींचा टप्पा म्हणजे केवळ त्या सोंगट्यांची निरर्थक हलवाहलवी होत होता आणि त्यात कोणाचाच विजय होत नव्हता.

प्रत्येक सामना पुन्हा एकदा बरोबरीत सुटत होता!

(आजचा प्रौढ दुर्गेश)

त्या उन्हाळ्यात नारायणाने मला आयुष्यातील एक अत्यंत महत्त्वाचा धडा शिकवला होता – नवीन गोष्टी शिकण्यास तत्पर असावे. केवळ वडीलधाऱ्यांकडून/शिक्षकांकडूनच नव्हे, तर आपल्यापेक्षा कनिष्ठांकडूनही.

दशकांनंतर, माझ्या कारकिर्दीदरम्यान, मला असे काही कनिष्ठ सहकारी भेटले—पूनम, रॉबर्ट, गार्गी, रेणुका, नोहिल, दीपक, अनुज—ज्यांच्यामध्ये माझ्याही पातळीला मागे टाकणारी विलक्षण चमक होती. पण मला मुळीच अस्वस्थ वाटले नाही. उलट, मी त्यांच्याकडून काही नवीन गोष्टी शिकलो आणि त्याच वेळी माझे तांत्रिक क्षेत्रातील ज्ञानही त्यांच्यासोबत वाटून घेतले.

शिका. शिकवा. शिका. – हा नारायणच्या 'शिकण्याद्वारे शिकवण्या'चा प्रभाव होता.

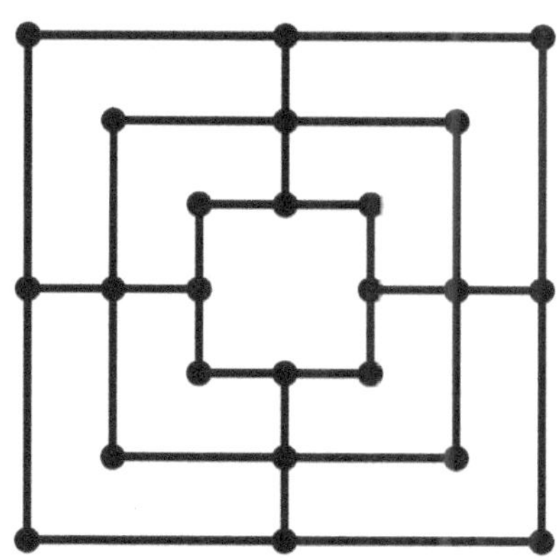

ऑनलाइन 'नाइन-मेन-मॉरिस' (चिलमिल) खेळाचा अनुभव घ्या.

https://toytheater.com/nine-mens-morris/

८. शाळेतील कौरव-पांडवांची गोष्ट

कधीकधी एका कथेला दुसरी पार्श्वकथा असते.

(बाल दुर्गेश @ वय ८)

उन्हाळी सुट्टीनंतर शाळा पुन्हा सुरू झाली. जेव्हा चौथीचा वर्ग सुरू झाला, तेव्हा आम्ही खूपच उत्साहित होतो. आमचे चौथीचे शिक्षक, देशमुख सर यांच्याबद्दल आम्ही आधीच अनेक चांगल्या गोष्टी ऐकल्या होत्या. ते वर्गात आले, त्यांनी आमचे अभिवादन केले आणि आमच्याकडे पाहून स्मितहास्य केले. त्यांनी हे नेमकं कसं केलं हे मला माहीत नाही, पण कसं कोण जाणे–त्यांच्या सानिध्यात आम्हा सर्व मुलांना अत्यंत सहज आणि निवांत वाटले.

आम्ही मुले त्यांच्याशी कोणत्याही विषयावर बोलू शकत होतो, कोणतेही प्रश्न किंवा शंका विचारू शकत होतो. आम्ही आमच्या भावना त्यांच्यापाशी कोणत्याही भीतीशिवाय किंवा कोणत्याही प्रकारच्या पूर्वग्रहाची चिंता न करता व्यक्त करू शकत होतो. इतर शिक्षकांशी संवाद साधताना आम्हाला नेहमीच एक प्रकारचा अडथळा जाणवायचा. पण देशमुख सरांच्या बाबतीत मात्र असा कोणताही अडथळा जाणवत नसे.

त्यांच्याशी बोलणे म्हणजे अगदी मला माझ्या आजोबांशी बोलण्यासारखेच होते.

नंतर त्यांनी वर्गातील नवीन विद्यार्थ्यांची ओळख करून द्यायला सुरुवात केली. तिथे काही नवीन मुले होती, जी दुसऱ्या एखाद्या शाळेतून किंवा ठिकाणाहून आली होती. त्यांनी दोन नवीन मुलांची ओळख करून दिली आणि आम्ही एकमेकांकडे पाहून स्मितहास्य केले.

मग त्यांनी एका नवीन मुलीची ओळख करून दिली – रोहिणीची! आणि... मला... जाणवली... धडबड...! जशी मला उर्वीला बघितल्यावर जाणवली होती, अगदी तश्शीच धडबड! 'का? आणि कोण आहे ही?' असा विचार मी केला.

आमच्या शाळेत, प्रत्येक वर्गात, मुले आणि मुली वेगवेगळ्या बाजूला एकमेकांपासून दूर बसायचे. सर्व मुली डाव्या बाजूला अणि मुले उजव्या बाजूला. या दोन्ही बाजूंमध्ये एक अदृश्य सीमारेषा होती, एक अदृश्य 'लक्ष्मणरेषा', जी मुले आणि मुलींना एकमेकांपासून वेगळे करत असे. जर एखाद्या मुलाने/मुलीने ती रेषा ओलांडली, अगदी चुकून जरी ओलांडली, तरी त्याला/तिला आपल्या मित्र/मैत्रिणींकडून खूपशा चेष्टेचा आणि थोड्याशा अपमानाचा सामना करावा लागत असे.

मला रोहिणीशी बोलायचं होतं, तिच्याशी मैत्री करायची होती; पण मी ती अदृश्य सीमारेषा ओलांडू शकत नव्हतो. त्या रेषेचा प्रभाव शाळेत सर्वत्र जाणवत होता—अगदी वर्गाबाहेरही! खेळाच्या मैदानावर, पाण्याच्या टाकीपाशी, सर्वत्रच!

मुले आणि मुली यांची एकमेकांशी मैत्री होण्याची कोणतीही शक्यता नव्हती. त्यामुळे मी माझे लक्ष इतर गोष्टींकडे वळवले—माझ्या नवीन वह्या, पेन, शाळेची बॅग, पाण्याची बाटली, पुस्तके आणि अभ्यास!

देशमुख सरांचे शिकवणे अत्यंत वेधक असायचे; मग तो कोणताही विषय असो—गणित, मराठी भाषा किंवा इतिहास! ते इतिहासाचे धडे अशा प्रकारे शिकवायचे की, जणू काही मी माझ्या आजोबांकडूनच गोष्टी ऐकत आहे, असे मला वाटायचे.

चौथीत त्या वर्षी, मी रोज पहाटे लवकर उठायचो, घाईघाईने तयार व्हायचो आणि शाळेच्या दिशेने धावत सुटायचो. मला शाळेसाठी उशीर झालेला कधीच आवडत नसे. मला उशीर व्हावा आणि देशमुख सरांची शिकवण्याची सत्रे हुकावीत, असे मला मुळीच वाटत नव्हते—ते कोणत्याही भीतीमुळे नव्हे, तर त्यांच्याकडून शिकण्यामध्ये मला असलेल्या मनापासूनच्या आवडीमुळे.

ते आम्हाला विविध गोष्टी सांगत असत. इतिहासाच्या अभ्यासक्रमातीलच नव्हे, तर अभ्यासक्रमाबाहेरील पुस्तकांमधूनही. अनेकदा तर, ते आम्हाला 'चंपक', 'चांदोबा' आणि 'अमर चित्र कथा' यांमधील गोष्टी सांगत असत.

एका शनिवारी, त्यांनी आम्हा मुलांना सांगितले की, येत्या सोमवारी सकाळी ते कौरव आणि पांडवांविषयीची एक नवीन, मोठी गोष्ट सांगणार आहेत. त्या नवीन, मोठ्या गोष्टीबद्दल सर्व मुले अत्यंत उत्सुक होती.

दुसऱ्या दिवशी, म्हणजेच रविवारी, मी गल्लीत माझ्या मित्रांसोबत खूप खेळलो. खूप मज्जा आली! पण त्या दिवशी मला झोपायला उशीर झाला आणि दुसऱ्या दिवशी मी उशिरा उठलो.

सोमवारी शाळेला उशीर होणे – हे माझे नेहमीचेच होते. इतर दिवशी मी वेळेवर शाळेत जात असे, पण प्रत्येक सोमवार म्हणजे माझ्यासाठी 'उशीरवार'च असे.

माझ्या लक्षात आले की, तो "नवीन गोष्टीचा सोमवार" होता. मी पटकन उठलो आणि जराही वेळ वाया घालवला नाही.

शाळेच्या दिशेने जाताना माझ्या लक्षात आले की, सकाळचे राष्ट्रगीत, प्रतिज्ञा आणि गाण्यांचा कार्यक्रम आधीच संपला होता; सर्वजण आपापल्या वर्गांमध्ये गेले होते आणि शाळेचे प्रवेशद्वार उघडे होते.

मी शाळेत धावत गेलो आणि वर्गाच्या दरवाजापाशी पोहोचलो. देशमुख सरांनी आधीच नवीन गोष्ट सांगायला सुरुवात केली आहे, हे मला ऐकू येत होते. मी वर्गाच्या दरवाजापाशी उभा राहिलो. देशमुख सरांनी मला आत येऊन बसण्याची खूण केली.

"...आणि छोटे पांडव आणि कौरव बंधू हस्तिनापूर राजवाड्यात राहू लागले!" त्यांनी पुढे सांगितले.

सर्व मुलांसाठी ही एक नवीच गोष्ट होती आणि माझा सुरुवातीचा थोडासा भाग ऐकायचा हुकला होता; पण त्यामुळे काहीच हरकत नव्हती. वर्गातील इतर मुलांप्रमाणेच, मीही लवकरच गोष्टीच्या ओघात पूर्णपणे तल्लीन झालो.

ते कौरव आणि पांडवांच्या बालपणाच्या दिवसांबद्दल सांगत होते.

त्यांनी पुढे सांगितले, "कौरव आणि पांडव राज-उद्यानात खेळ खेळत असत. भीम अनेकदा कौरवांना आपली ताकद दाखवत असे–त्यांना केसांनी ओढून दूर फेकून देत असे. तो त्यांना लाथा घालत असे, झाडांना बांधून ठेवत असे आणि मारहाण करत असे. जेव्हा ते पाण्यात खेळत असत, तेव्हा भीम त्यांची डोकी पाण्याखाली दाबून धरत असे–अगदी ते बुडण्याच्या बेतात येईपर्यंत. जेव्हा कौरव फळे तोडण्यासाठी झाडांवर चढत असत, तेव्हा भीम झाडाला लाथ घालत असे आणि त्यामुळे कौरव झाडावरून धाडकन खाली पडत असत."

भीम विनाकारणच कौरवांना मारत होता. भीमाचे हे वर्तन मला आवडले नाही, म्हणून मी नापसंती दर्शवत नकारार्थी मान हलवली; पण आश्चर्य म्हणजे, वर्गातील सर्व विद्यार्थ्यांनी मात्र आनंदाने जल्लोष केला!

देशमुख सरांनी प्रत्येकाची प्रतिक्रिया टिपली—सर्व विद्यार्थ्यांचा तो आनंदी जल्लोष, आणि माझी नापसंती दर्शवणारी प्रतिक्रियाही. त्यांनी गोष्ट सांगणे तात्पुरते थांबवले.

"काय झालं, दुर्गेश? तुला आवडली नाही का गोष्ट?" देशमुख सरांनी विचारले.

"तसे नाही, सर! मला भीमाचं वागणं आवडलं नाही." मी प्रामाणिकपणे उत्तर दिलं, "फरफटत नेणं, लाथा घालणं, मारहाण करणं! तो कौरवांशी अत्यंत वाईटपणे वागत होता; ते मला आवडलं नाही म्हणूनच मी 'नाही' याअर्थी मान हलवली. इतर मुले मात्र आनंदी का झाले, हेच मला समजत नाहीये! मी पूर्णपणे गोंधळून गेलो आहे!"

"काय?" देशमुख सर आश्चर्यचकित झाले. मी कशामुळे गोंधळून गेलो आहे, हे त्यांना समजले नाही.

कधीकधी मुलांच्या गोंधळामागचे कारण केवळ इतर मुलांनाच समजू शकते, मोठ्यांना नाही. देशमुख सरांना माझ्या गोंधळाचे कारण समजले नाही, पण माझ्या वर्गमित्रांना मात्र त्याची जाणीव होती.

"सर, तो गोंधळलेला का आहे हे माझ्या लक्षात आलंय. त्याने सुरुवातच चुकवली आहे!" चिंटू मध्येच म्हणाला.

चिंटूने मला पुढे समजावून सांगितले, "दुर्गेश, तू गोष्टीचा सुरुवातीचा भागच हुकवलास. सरांनी सांगितले होते की, पांडव हे चांगले लोक आहेत आणि कौरव हे वाईट लोक आहेत."

"अरे! मग ठीक आहे!" मी उत्तर दिले.

"आता काय ठीक आहे?" देशमुख सरांनी अधिकच गोंधळून मला विचारले.

"सर, मला याची कल्पना नव्हती—की चांगले लोक कोण आणि वाईट कोण! म्हणूनच, सुरुवातीला मला भीमाचं वागणं चुकीचं वाटलं. पण आता मला समजले आहे की पांडव हे चांगले लोक आहेत, त्यामुळे भीमाने केलेल्या मारहाणीबद्दल माझी काहीच हरकत नाही." मी त्यांना स्पष्टीकरण दिले.

देशमुख सर शांत उभे होते. ते काहीतरी गंभीरपणे विचार करत होते.

आम्हा मुलांना त्यांचे प्रसन्न हास्य नेहमीच पाहायला मिळायचे. पण यावेळीच पहिल्यांदाच ते इतके शांत आणि गंभीर दिसत होते. आम्ही गोष्टीची वाट पाहत होतो, पण ते मात्र खूपच जास्त वेळपर्यंत शांत उभे राहिले.

"तर मग पांडव बंधू..." त्यांनी गोष्ट पुढे नेण्याचा प्रयत्न केला; पण पुन्हा एकदा ते अचानक थांबले.

थोडा वेळ थांबून देशमुख सरांनी जाहीर केले, "मुलांनो, ही गोष्ट आपण दुसऱ्या एखाद्या दिवशी पुढे चालू ठेवू. आता तुम्ही सर्वजण मैदानावर जाऊन खेळा!"

शाळेच्या मैदानावर खेळणे – म्हणजे मज्जाच मज्जा!

"ये, हुर्रे!", असे ओरडत सर्वांनी एकच जल्लोष केला आणि खेळाच्या मैदानाकडे धाव घेतली.

मधल्या सुट्टीच्या वेळी, देशमुख सरांनी मला स्टाफ रूममध्ये बोलावले. ते त्यांच्या खुर्चीत बसले होते–खूपच शांत आणि हसतमुख.

"दुर्गेश, माझ्याकडे ये!" देशमुख सर म्हणाले. मी त्यांच्या जवळ जाताच, त्यांनी आपल्या खिशातून शेंगदाणा चिक्कीची एक मोठ्ठी वडी बाहेर काढली.

"हे घे! तुझ्यासाठी एक छोटेसे बक्षीस!" ते म्हणाले.

"अरे व्वा! माझ्यासाठी! पण का, सर?" मी विचारले.

सर शांतपणे म्हणाले, "इतिहास कसा लिहिला जातो आणि पूर्वग्रह कसे निर्माण होतात, याची आठवण तू मला नकळतच करून दिलीस. कदाचित तुला हे आता समजणार नाही; पण हे लक्षात ठेव की, इतिहासाची पाने ही नेहमीच विजेत्यांकडून लिहिली जातात आणि विजेत्यांचे शब्दच 'सत्य' बनतात. पांडव 'सज्जन' ठरले, कारण ते विजयी झाले होते. परंतु, प्रत्येकामध्येच काहीतरी चांगले आणि काहीतरी वाईट असते."

देशमुख सर काय म्हणाले ते मला काहीच समजले नाही.

तो क्षण अविस्मरणीय ठरला, कारण मला देशमुख सरांकडून 'चिक्की बार'चे मोठे बक्षीस मिळाले, यातच मी हरखून गेलो होतो.

(आजचा प्रौढ दुर्गेश)

अनेक वर्षे मला केवळ 'चिक्की बार'च आठवत होता. त्यानंतर कित्येक दशकांनी, त्यामागील शब्द मला आठवले आणि त्यांचा अर्थ मला उमजू लागला. आता एक प्रौढ व्यक्ती म्हणून, माझ्या हे लक्षात येते की इतिहास हा नेहमीच विजेत्यांकडून लिहिला जातो आणि त्यांचेच शब्द सत्य बनतात. पांडव हे 'सज्जन' ठरले; आणि याचे एकमेव कारण म्हणजे, ते विजयी झाले होते.

जर कौरव विजयी झाले असते, तर काय झाले असते? ती कथा कदाचित पूर्णपणे वेगळीच भासली असती. कदाचित इतिहासात पांडवांची नोंद त्यांच्या उणिवांमुळे ठेवली गेली असती—जसे की, युधिष्ठिराची ओळख एक बेपर्वा जुगारी म्हणून झाली असती, आणि असेच काही इतरांच्या बाबतीत.

मला हे उमजले की, इतिहास जरी केवळ काळ्या-पांढऱ्या रंगांत रंगवत असला, तरी प्रत्यक्ष जीवनात मात्र सर्वत्र करड्या रंगाच्या छटा असतात!

९. प्रौढांचे मूर्ख प्रश्न

बरेचदा प्रौढ आणि मुले यांचा प्रश्नाकडे पाहण्याचा दृष्टिकोन भिन्न असतो

(बाल दुर्गेश @ वय ८)

सहसा आमचे शिक्षक शांतपणे वागत असत; परंतु काही प्रसंग असेही घडले, जेव्हा त्यांचे वर्तन मला काहीसे विचित्र वाटले. त्या दिवशी, आमच्या शाळेचे मुख्याध्यापक आमच्या चौथ्या इयत्तेच्या वर्गात आले आणि त्यांनी जाहीर केले, "उद्या शाळेची तपासणी होणार आहे. प्रत्येकाने शाळेत वेळेवर उपस्थित राहिले पाहिजे आणि शिस्तशीरपणे वागले पाहिजे."

हे मात्र विचित्र आहे—आम्ही तसेही दररोज शाळेत येतोच आणि नीट वागतोही. मग उद्या असं काय विशेष आहे? असा विचार मी केला. तरीही, मी मुख्याध्यापकांना तो प्रश्न विचारला नाही.

मुख्याध्यापकांनी देशमुख सरांशी थोडा वेळ चर्चा केली आणि ते निघून गेले.

"शाळेची तपासणी म्हणजे काय? काही विशेष आहे का?" मी देशमुख सरांना विचारले.

"उद्या पाहा काय ते! समजेल तुला." देशमुख सरांनी उत्कंठा कायम ठेवली.

दुसऱ्या दिवशी, मी खूपच लवकर उठलो आणि शाळेसाठी तयार झालो. घराबाहेर पाऊल टाकताच, मला रस्त्याच्या मधोमध एक माणूस उभा असलेला दिसला, ज्याच्या चेहऱ्यावर गोंधळलेला भाव होता.

"अरे पोरा, गवळ्याचं घर कुठे आहे रे?" त्याने काहीशा घाईने मला विचारले.

तो गवळी काकांच्या (दुधवाल्याच्या) घराचा शोध घेत होता.

आमच्या गल्लीत फक्त एकच घर असे होते, जिथली गुरे खूप दूरवरूनही दिसत असत. त्याला ती गुरे दिसू नयेत आणि ते गवळी काकांचे घर आहे, हे समजू नये?

मोठे लोक कधीकधी इतके मूर्खपणाचे प्रश्न का विचारतात?

"त्या गाई दिसतायत ना तिथे? तेच त्यांचं घर आहे." गवळी काकांच्या घराकडे बोट दाखवत मी उत्तर दिले. त्यांनी स्मितहास्य केले आणि ते त्या दिशेने निघाले.

मी शाळेच्या दिशेने माझी चाल पुन्हा सुरू केली. मी शाळेच्या प्रवेशद्वाराजवळ पोहोचलो असतानाच, पहिली घंटा वाजली. मी वेळेच्या आधीच पोहोचलो होतो आणि दुसऱ्या घंटेला अजून बराच अवकाश होता. मी शाळेच्या प्रवेशद्वारातून आत जाण्याच्या बेतात असतानाच, सायकलवरून आलेली एक व्यक्ती माझ्या जवळ थांबली. ती व्यक्ती काहीतरी शोधत होती, पण त्यांना ते सापडत नव्हते.

"अरे पोरा! हनुमानाचं मंदिर कुठे आहे ते माहित आहे का?" त्याने मला रस्ता विचारला.

हनुमानाचे मंदिर शाळेच्या अगदी जवळ होते. मंदिराच्या घंटेचा आवाज शाळेच्या प्रवेशद्वारापर्यंत स्पष्टपणे पोहोचत होता. त्याला मंदिराच्या घंटेचा आवाज ऐकून त्या दिशेने जाता आले नसते का?

पुन्हा तेच! मोठी माणसं कधीकधी इतके मूर्खपणाचे प्रश्न का विचारतात?

"त्या मंदिराची घंटा ऐकू येते ना? तिकडे जा!" मी हनुमान मंदिराकडे बोट दाखवत म्हणालो.

मी शाळेत प्रवेश केला. लवकरच इतर विद्यार्थी जमले. मुख्याध्यापकांच्या निर्देशानुसार, प्रत्येक विद्यार्थी वेळेवर उपस्थित होता. नेहमीप्रमाणेच, आम्ही राष्ट्रगीत, प्रतिज्ञा आणि समूहगीत म्हणण्याचा क्रम सुरू केला आणि पूर्ण केला. दिनचर्येनुसार हजेरी पूर्ण झाली. देशमुख सर नेहमीप्रमाणेच शांत होते, परंतु इतर शिक्षक मात्र काहीसे अस्वस्थ वाटत होते.

सर गणिताचा तास घेत असताना, मला काही प्रौढ व्यक्ती शाळेत प्रवेश करताना दिसल्या. आमच्या मुख्याध्यापकांनी त्यांचे स्वागत केले आणि ते

सर्वजण स्टाफ रूमकडे गेले. थोड्याच वेळात मधल्या सुट्टीची घंटा वाजली आणि सर्व शिक्षक स्टाफ रूमकडे गेले.

मधली सुट्टी ही सहसा विद्यार्थ्यांसाठी खाण्यानंतरचा खेळण्याचा आणि थोडी धमाल मस्ती करायचा कालावधी असतो. मैदानावर खेळत असताना, मला ती नवीन माणसे दिसली. ती सर्व शिक्षकांशी काहीतरी चर्चा करत होती.

मी खेळाच्या मैदानावरून धावत असताना, देशमुख सरांनी मला त्यांच्याकडे बोलावले. मी त्यांच्या दिशेने धावत गेलो.

"आला दुर्गेश! विचारा त्याला. त्याचे प्रश्न आणि उत्तरे कधीकधी खूपच कुतूहलजनक असतात!" देशमुख सरांनी त्या नवीन लोकांना डोळे मिचकावून म्हटले.

त्या सर्वांनी माझ्याकडे पाहिले. त्यांपैकी एकाने क्षणभर थांबून, मला अत्यंत गांभीर्याने विचारले, "मुलगा आणि मुलगी यांच्यात काय फरक असतो?"

त्याचा प्रश्न ऐकून मला खूपच धक्का बसला आणि आश्चर्य वाटले!

आज सकाळीच मला मूर्ख प्रश्न विचारणारे दोन मोठी माणसं भेटली होती.

पण हा तिसरा? ह्याचा प्रश्न तर त्यांच्यापेक्षाही मूर्खपणाचा होता!

मुलगा आणि मुलगी यांतील फरक? आमच्या वर्गातील प्रत्येकाला तो फरक माहीत होता! आमच्या गल्लीतील प्रत्येकाला तो फरक माहीत होता!

मुलांचे केस खूपच लहान आणि छाटलेले असतात, तर मुलींचे केस लांब असतात. मुले शर्ट घालतात, तर मुली फ्रॉक घालतात. मुलांच्या अंगावर कोणतीही अतिरिक्त सजावट नसते; मुली मात्र टिकली, कानातले, बांगड्या इत्यादी परिधान करतात.

एवढा मोठा माणूस! त्याला हे माहीत नाही? खरंच? अविश्वसनीय!

माझ्या चेहऱ्यावर आश्चर्य स्पष्टपणे उमटले होते. मी त्याला विचारले, "आमच्या वर्गातील आणि गल्लीतील प्रत्येकालाच मुले आणि मुली यांच्यातील फरक माहीत आहे! आणि एवढं मोठं होऊनसुद्धा तुम्हाला तो फरक कसा काय माहीत नाही? तुम्ही कधी शाळेत गेला नाहीत का?"

क्षणभर शांतता पसरली होती.

मग एकच मोठा हशा पिकला! शिक्षक, मुख्याध्यापक, आलेले नवीन लोक, सगळेजण खदखदून हसू लागले.

माझ्या प्रश्नात एवढे हसण्यासारखे काय होते? मी तर तो प्रश्न अगदी काळजीने विचारला होता! प्रत्येकजण हसत होता—फक्त तो एक माणूस वगळता! त्याच्या चेहऱ्यावर मला आश्चर्याचा एक मोठा धक्का स्पष्टपणे दिसून येत होता!

आणि मी तिथे अजूनही विचार करत उभा राहिलो होतो की... *मोठी माणसं कधीकधी असे मूर्खपणाचे प्रश्न का विचारतात?*

(आजचा प्रौढ दुर्गेश)

अनेक वर्षांनंतर, प्रौढत्वात पदार्पण केल्यावर, मला माझ्या प्रश्नाचे उत्तर मिळाले - *मोठी माणसं कधीकधी असे मूर्खपणाचे प्रश्न का विचारतात?*

प्रौढपणीचे माझे जग हे माझ्या बालपणापेक्षा खूपच वेगळे होते. माझ्या मनात एकाच वेळी अनेक गोष्टींचा कल्लोळ सुरू असायचा! प्रचंड तणाव असायचा! कधीकधी मी त्या विचारांमध्ये इतका गुरफटून जायचो की, कान असूनही मला आवाज ऐकू येत नसे आणि अगदी समोरच असूनही डोळ्यांना दृश्य गोष्टी दिसत नसत.

त्या पहिल्या दोन प्रौढांची परिस्थिती आता मला पूर्णपणे समजली होती. ते काही मूर्ख नव्हते; त्यांच्या आयुष्यातील तणावामुळे त्यांचे लक्ष विचलित झाले होते. राहिला प्रश्न तिसऱ्या व्यक्तीचा—तर तो परिस्थितीजन्य गैरसमजाचा एक अनपेक्षित बळी ठरला. मला मनापासून वाटले होते की, फरक समजून घेण्यासाठी तो प्रश्न विचारत आहे; प्रत्यक्षात मात्र तो माझ्या ज्ञानाची परीक्षा घेण्याचा प्रयत्न करत होता.

१०. सीमोल्लंघन

शाळेतील सर्वात मौल्यवान आठवण

(बाल दुर्गेश @ वय ८)

इयत्ता चौथीमध्ये, जवळजवळ प्रत्येक विद्यार्थी शाळेत नियमितपणे उपस्थित राहत असे. त्यांना देशमुख सरांचे कोणतेही मनोरंजक क्षण किंवा शिकवायचे तास चुकवायचे नव्हते.

मी सुद्धा नेमाने आणि वेळेवर शाळेत उपस्थित राहत होतो. केवळ त्यांचे शिकवायचे तास नव्हे, तर माझ्याकडे आणखी एक कारण होते.

तिचा तो खेळकर मृदू आवाज, तिचे ते टोकदार नाक, तिची ती तजेलदार गोरीपान त्वचा, तिचा तो 'डॉली' हेअरकट, आणि तिचे ते हास्य–जे वर्गात कितीही गोंधळ असला, तरीही मला सहज ओळखता येत असे. तिचे केवळ अस्तित्वच नव्हे, तर तिच्याविषयीचा एक साधा विचारही माझ्यात तीव्र धडबड निर्माण करत असे.

माझे कान देशमुख सरांचे बोलणे ऐकत असायचे, पण डोळे मात्र...

डोळे मात्र रोहिणीवर रेंगाळत असायचे.

"दुर्गेश, ऐकतोयस का? कुठे लक्ष आहे तुझं?" सर मला विचारायचे.

जरी मी त्यांच्याशी कशाबद्दलही बोलू शकत होतो, तरीही माझे लक्ष नेमकं कुठे भरकटत होतं, हे मात्र मी त्यांना सांगू शकत नव्हतो. मी माझी नजर वळवून पुन्हा एकदा फळ्यावर लक्ष केंद्रित करत असे.

सर विशेषणे शिकवत होते, "जो शब्द नाम किंवा सर्वनामाबद्दल अधिकची किंवा विशेष माहिती देतो, त्याला विशेषण असे म्हणतात."

अरे, हे समजून घेणे किती सोपे आहे! केवळ एकच शब्द नाही, तर मला असे अनेक शब्द सुचू शकतात, जे रोहिणीबद्दल अतिरिक्त किंवा विशेष माहिती देतील.

विशेषणांची व्याख्या माझ्या स्मृतीत आपोआपच रुजली—कोणत्याही सक्तीच्या प्रयत्नांशिवाय.

माझ्या मनाने रोहिणीविषयीची विविध विशेषणे मोजायला सुरुवात केली.

"दुर्गेश, तू पुन्हा कुठेतरी हरवल्यासारखा दिसतोयस! कशाचा विचार करतोयस?" सरांनी विचारले.

"मी फक्त वेगवेगळ्या विशेषणांचा विचार करत होतो, सर!" मी प्रामाणिकपणे उत्तर दिले.

"छान!" देशमुख सर पुढे म्हणाले, "मुलांनो, पुढच्या आठवड्यात, सोमवारी, मी तुम्हाला विशेषणे ओळखायला सांगेन. याला एक छोटीशी तोंडी परीक्षाच समजा. तेव्हा, अभ्यासाला सुरुवात करा."

पुढचे काही दिवस देशमुख सरांनी आम्हाला विशेषणे आणि क्रियाविशेषणांचे विविध प्रकार शिकवले.

सोमवार ते शनिवार—शाळा, अभ्यास आणि खेळ—अशी एक दैनंदिन दिनचर्या होती. केवळ रविवारचा दिवस वगळता, कारण त्या दिवशी फक्त खेळ, खेळ आणि खेळच असायचा. रविवारच्या त्या सततच्या खेळण्यामुळे, माझ्या सोमवारच्या सकाळवर नेहमीच परिणाम होत असे आणि तो 'उशीरवार' बनत असे. रविवारी नेहमीप्रमाणेच, मी गल्लीत माझ्या मित्रांसोबत क्रिकेट, धप्पाकोटी आणि शिवनापाणी असे अनेक खेळ खेळलो. परिणामी, दुसऱ्या दिवशी उशीरवारी नेहमीप्रमाणेच मी उशीरा उठलो.

"परीक्षेचा सोमवार" आणि मला आधीच खूप उशीर झाला होता!

मी अतिवेगाने वर्गात पोहोचलो.

मला हे माहीत होते की तोपर्यंत तोंडी परीक्षा आधीच सुरू झाली असेल—किंवा त्याहूनही वाईट म्हणजे—संपली असेल.

जेव्हा मी वर्गाच्या दरवाजापाशी पोहोचलो, तेव्हा मला आत एक खूपच वेगळे दृश्य दिसले.

सर्व विद्यार्थी – सर्व मुले आणि मुली – आपल्या बाकांसमोर जमिनीवर उभे होते; जणू काही एक प्रकारची शिक्षाच होती.

"दुर्गेश, तुला खूपच उशीर झाला आहे. परीक्षा जवळजवळ संपली आहे." देशमुख सरांनी काहीशा वैतागलेल्या स्वरात म्हटले.

"सगळे का उभे आहेत, सर?" मी वर्गात जाताना विचारले.

देशमुख सर किंचित हताश स्वरात म्हणाले, "मी त्यांना नमुना वाक्यांमधून विशेषणे ओळखायला सांगितले होते. काही विद्यार्थ्यांना विशेषणे ओळखता आली नाहीत. म्हणून मी त्यांना उभे राहायला सांगितले. काही विद्यार्थ्यांनी नामांनाच चुकीने विशेषणे म्हणून सांगितले. तेही आता उभे आहेत. नंतर तर काही विद्यार्थ्यांनी चक्क हार मानली आणि ते स्वतःहूनच उभे राहिले. मुलांनो, हे काय चालले आहे? इथे कुणाचेच लक्ष नाहीये का?"

सरांनी क्षणभर थांबून माझ्याकडे वळून म्हटले, "आता तुझी पाळी, दुर्गेश!"

"मला या वाक्यातील विशेषण सांग." सरांनी माझ्या दिशेने एक वाक्य फेकले.

विशेषणे – विशेष शब्द जे विशेष व्यक्तीबद्दल विशेष माहिती देतात!

त्या वाक्यातील विशेषण माझ्या मनात आपोआपच लख्खकन उजळून निघाले.

माझ्या उत्तराने सर आश्चर्यचकित झाले. माझे उत्तर तत्पर आणि अचूक होते!

"ठीक आहे. अजून एक वाक्य. ओळख!" देशमुख सर पुढे म्हणाले आणि माझी उत्तरेही सुरूच राहिली.

साधी वाक्ये, मग अधिक लांब वाक्ये, त्यानंतर संयुक्त वाक्ये–अनेक विशेषणे, अनेक क्रियाविशेषणे! देशमुख सर हळूहळू अवघड वाक्ये देत होते आणि मी सातत्याने बरोबर उत्तरे देत होतो. त्या वाक्यांमधील सर्व विशेषणे माझ्या मनात आपोआपच स्पष्टपणे उजळून निघत होती.

मला विशेषणे आणि क्रियाविशेषणांच्या संकल्पना पाठ करण्याची गरज भासली नाही. त्या संकल्पनाच माझ्या भावनांशी खोलवर जोडलेल्या होत्या.

अनेक वाक्यांनंतर देशमुख सर माझ्या उत्तरांवर समाधानी झाले.

"चला! निदान कुणीतरी पूर्ण लक्ष देत आहे!" ते उद्गारले.

देशमुख सर तिथे काहीवेळ शांतपणे थांबले आणि काहीतरी विचार करत होते. बराच वेळ विचार केल्यानंतर, ते गंभीरपणे बोलू लागले.

"चौथीच्या विद्यार्थ्यांनो! मी शिक्षेवर विश्वास ठेवत नाही; पण आता मात्र असे वाटते की, तुम्हा सर्वांनाच एका 'शिक्षे'च्या रूपातील धड्याची गरज आहे! या वेळी, तुम्हा सर्वांनाच शिक्षा मिळेल. तुम्हा सर्वांना आता 'कान पिळून चापट खाण्याची' शिक्षा दिली जाईल."

प्रत्येकजण अस्वस्थ झाला होता. पहिल्यांदाच देशमुख सर काहीतरी शिक्षा जाहीर करत होते! देशमुख सरांकडून थोबाडीत खावी लागेल, अशी कल्पनाही आजवर कुणी केली नव्हती. सर्वजण शांतपणे वाट पाहत होते.

देशमुख सरांनी आदेश दिला, "दुर्गेश, सर्वांना शिक्षा दे!"

"काय?", मी सपशेल आश्चर्यचकित होऊन म्हणालो.

देशमुख सर कडक आवाजात म्हणाले, "हो, एका हाताने त्यांचे कान पिळ आणि दुसऱ्या हाताने त्यांच्या गालावर चापट मार. सर्वांनाच!"

मी थक्क होऊन उभा राहिलो. सगळ्यांनाच चापट मारायची?

"जा! सुरुवात कर! आत्ता!" त्यांनी पुन्हा आज्ञा दिली. मी माझी शाळेची पिशवी बाजूला ठेवली आणि स्वतःला सज्ज केले. मी मुलांच्या बाजूकडून चापट मारण्यास सुरुवात केली.

मी माझ्या डाव्या हाताने त्यांचे कान पिरगाळत होतो आणि उजव्या हाताने जोराची चापट लगावत होतो. पहिल्या बाकापासून, मग दुसऱ्या बाकापर्यंत आणि असेच करत अगदी शेवटच्या बाकापर्यंत—मी सर्व मुलांना शिक्षा दिली.

इतक्या थापडा मारल्यामुळे माझ्या उजव्या हाताचा तळवा काहीसा लालसर झाला होता.

मी मुलींच्या विभागाकडे वळलो. मी त्या अदृश्य सीमारेषेच्या समोर उभा होतो. कोणतीही अस्वस्थता न बाळगता, मी त्या सीमारेषेच्या दिशेने पुढे पाऊल टाकत होतो. सीमारेषा–जी मुले आणि मुलींना वेगळे करत होती!

ती रेषा ओलांडताना मला एखाद्या रंगमंचाच्या मध्यभागी असल्यासारखे वाटले. सगळ्यांचे डोळे माझ्यावर खिळलेले होते आणि प्रत्येकाच्या शांततेत जणू टाळ्यांचा कडकडाट दडलेला होता.

आणि एकाच पावलात मी दुसऱ्या बाजूला होतो – मुलींच्या बाजूला!

मी मागच्या बाकापासून सुरुवात केली. मी कोणत्याही संकोचाशिवाय चापट मारत होतो. मुलींच्या बाजूने अर्ध्या वाटेवर पोहोचल्यावर माझ्या लक्षात आले की, मला सर्व मुलींना चापट मारावी लागणार आहे–रोहिणीलासुद्धा!

मला तिला मारायचे नव्हते. पण तिला वगळणेही मला शक्य नव्हते.

मी मध्येच एक उपाय शोधून काढला. देशमुख सरांनी मला प्रत्येकाच्या कानशिलात लगावण्याचा आदेश दिला होता. मात्र, त्या चापटीची तीव्रता किती असावी, हे स्पष्ट केले नव्हते.

जसजसा मी रोहिणीच्या जागेजवळ पोहोचत होतो, तसा मी विचार करत होतो... *इतर मुलींच्या सहवासात मला अगदीच सामान्य वाटते; पण रोहिणी किंवा उर्वीच्या सहवासात मात्र मला इतके अस्वस्थ का वाटते? मला इतके वेगळे का वाटते...*

आणि अखेर, मी तिथे होतो... अगदी रोहिणीसमोर.

तिने माझ्याकडे पाहिले. तिच्या चेहऱ्यावर प्रश्नचिन्ह होते.

मी तिचा कान पकडला, पण तो पिरगाळला नाही. दुसरा हात तिच्या गालाच्या दिशेने वेगाने फिरवला आणि तिच्या गालावर थांबवला–अगदी हळूवारपणे.

ती माझ्याकडे पाहत होती–हसतमुख चेहऱ्याने, आणि आश्चर्याने!

चापटीच्या सणसणीऐवजी, मी हळुवार स्पर्शाचा एक सुखद धक्का दिला होता!

देशमुख सरांनी ते पाहिले.

त्यांनी हसत चिडवणाऱ्या आवाजात मला विचारले,

"काय रे दुर्गेश, रोहिणीला हळू मारतोस?"

वर्गात सर्वजण खुदखुदले.

"सर, सर्वांना शिक्षा देऊन माझे हात दुखत आहेत." मी उत्तर दिले.

"मला चांगलंच ठाऊक आहे की तुला कुठे दुखत आहे. रोहिणीला सांगू का तुला एक चापट मारायला?" सर मला मस्करीत म्हणाले.

"ती पण तशीच चापट मारेल, जशी मी तिला मारली!" मी तत्काळ उत्तर दिले.

देशमुख सरांसह संपूर्ण वर्ग हास्याच्या कल्लोळाने दुमदुमून गेला.

रोहिणी माझ्याकडे पाहत होती आणि हसत होती. तीव्र लाजेपायी तिचे गाल लाल झाले होते.

देशमुख सरांनी आम्हा सर्वांना बाकांवर बसण्याचा इशारा केला.

प्रत्येकजण खुदखुदत होता. शिक्षा संपली होती. सीमारेषा मोडली गेली होती.

(आजचा प्रौढ दुर्गेश)

दशके लोटली आहेत, तरीही त्या दिवशी मी अनुभवलेला प्रत्येक क्षण आणि प्रत्येक भावना मला आजही जाणवते.

त्या दिवशी देशमुख सरांनी काहीतरी असाधारण केले. त्यांनी मला स्वतःच्या क्षमतांची कसोटी पाहण्यासाठी प्रोत्साहित केले आणि ती अदृश्य सीमारेषा ओलांडण्यास मदत केली. त्या दिवशी, आम्हा सर्वांना शिक्षा कशी करावी, याचा ते विचार करत नव्हते; तर आम्हा सर्वांना एका नव्या प्रकारचा धडा कसा शिकवावा, याचा ते विचार करत होते.

देशमुख सरांच्या 'शिक्षे'चे आमच्यावर अनेक सकारात्मक परिणाम झाले. विद्यार्थ्यांनी आपल्या अभ्यासावर अधिकच मनापासून लक्ष केंद्रित केले. ती अदृश्य भिंत आता उरली नव्हती. ती भिंत ओलांडून मोडून काढल्यामुळे काही प्रसिद्धी माझ्याही वाट्याला आली. हळूहळू, मुले आणि मुली एकमेकांशी संवाद साधू लागले.

माझ्यासाठी सांगायचे तर, मला हवी असलेली गोष्ट अखेर मिळाली! माझी आणि रोहिणीची मैत्री झाली. कित्येक तास तिच्याशी गप्पा मारल्या. मैदानावर तिच्यासोबत मनसोक्त खेळलो. मधल्या सुट्टीत आम्ही एकमेकांसोबत खाऊ वाटून घेतला. आणि राष्ट्रगीत व समूहगीते अगदी मनापासून गायलो!

ही माझ्या शालेय जीवनातील एक अविस्मरणीय आणि सुखद आठवण होती.

पुढच्याच वर्षी, माझे दुसऱ्या एका शाळेत स्थलांतर झाले. जीवन पुढे सरकत राहिले; आणि मोठेपणी मला रोहिणीला किंवा देशमुख सरांना पुन्हा भेटण्याची संधी कधीच मिळाली नाही.

आता एक प्रौढ व्यक्ती म्हणून, मी कायमस्वरूपी एका महानगरात स्थायिक झालो आहे; तरीही त्या आठवणी आजही तितक्याच जिवंत आहेत. मला माझ्या जुन्या शहराला दिलेल्या शेवटच्या भेटीची आठवण येते. मला याची जाणीव होती की, या शहराला पुन्हा भेट देण्याचे कदाचित मला भविष्यात कोणतेही कारण उरणार नाही. म्हणूनच, माझ्यासाठी महत्त्वाच्या असलेल्या प्रत्येक ठिकाणी मी भेट दिली–विद्यापीठ, महाविद्यालये, गुरुद्वारा, बागा, गल्ल्या आणि शाळांनाही.

मी शाळेच्या प्रवेशद्वारासमोर उभा होतो – महात्मा फुले शाळा. ती आता अधिकच मोठी झाली होती. मी प्रवेशद्वाराजवळ शांतपणे उभा राहिलो. शाळेतील विद्यार्थी एकसुरात राष्ट्रगीत गात होते. राष्ट्रगीत एकट्याने गाण्यापेक्षा ते एकसुरात गाणे अधिकच आल्हाददायक असते. मी ते समूहगान ऐकत होतो. राष्ट्रगीत संपले. मी माझ्या शाळेचा निरोप घेतला.

मी तिथून निघून जाण्यासाठी वळूच लागलो होतो, की तेव्हा शाळेतील विद्यार्थ्यांनी दुसरे समूहगीत म्हणायला सुरुवात केली—माझे सर्वात आवडते! मी तिथेच थिजून गेलो आणि डोळे मिटून ते संपूर्ण गीत ऐकले.

♫ आनंदकंद ऐसा हा हिंददेश माझा ♫ आनंदकंद ऐसा हा हिंददेश माझा ♫

महात्मा फुले प्राथमिक शाळा व महात्मा

११. गिरणीवाला

मनोरंजनाच्या अभावामुळे कंटाळा येतो.
कंटाळ्यामुळे खोडकर खेळांना सुरुवात होते.
खोडकर खेळांमुळे मनोरंजनासकट नवीन धडा मिळतो.

(बाल दुर्गेश @ वय ९)

उन्हाळ्याच्या सुट्टीत मूळ गावी जाणे ही आता एक प्रकारची नित्याचीच बाब बनली होती. या वर्षी आम्ही माझ्या लहान भावासोबत जवळच्याच काही गावांनाही काही दिवसांसाठी भेट दिली. हे गाव आमच्या मूळ गावापेक्षा थोडे मोठे होते.

आकाराने मोठे असूनही, तिथे माझा कोणीही मित्र नव्हता. खेळायला कोणीही मित्र नसल्यामुळे ते गाव शांत वाटत होते आणि आम्हाला लवकरच कंटाळा आला.

कंटाळा आल्यामुळे आम्ही आजूबाजूचा परिसर आणि बाजारपेठ हिंडून पाहू लागलो. तिथे अनेक छोटी-छोटी दुकाने होती. लोक किराणामाल, भाजीपाला आणि दैनंदिन गरजेच्या इतर वस्तू खरेदी करत होते. ती दुकाने अतिशय लहान होती आणि आमच्या शहरात असतात तसे भपकेबाज नामफलक कोणत्याच दुकानावर नव्हते. काही दुकानांवर तात्पुरते फलक होते आणि काहींवर तर तेही नव्हते.

दळण्याच्या यंत्राच्या त्या ओळखीच्या आवाजासोबतच, त्यावरील नामफलकाने माझे लक्ष वेधून घेतले. तो आवाज एका छोट्या पिठाच्या गिरणीतून येत होता. त्या गिरणीच्या भिंतीवर एक फळा होता—अगदी आपल्या शाळेत असतो तसाच. गिरणीमालकाने त्या फळ्याचेच रूपांतर नामफलकात केले होते. त्याने फळ्याच्या वरच्या बाजूला मध्यभागी, 'गिरणी' हा शब्द मोठ्या ठळक अक्षरांत रंगाने कायमस्वरूपी लिहिला होता. फळ्याचा उर्वरित भाग मात्र कोराच होता.

मी फळ्याकडे पाहत असतानाच, माझ्या डोक्यात एक अगदीच नवी खोडकर कल्पना चमकून गेली!

फळ्याचा रिकामा भाग मला काहीतरी खोडकरपणाचे लिहिण्यासाठी खुणावत होता. गावांमध्ये खडू दुर्मिळ असले, तरीही पटकन काहीतरी लिहिण्यासाठी 'चुनखडी' किंवा 'गेरू' यांसारखे इतर अनेक पदार्थ उपलब्ध असत.

खोड्या आणि मस्ती करण्यासाठी लहान भावापेक्षा अधिक चांगला जोडीदार कोण असू शकेल? आम्ही काही चुनखडे शोधून काढले.

माझा धाकटा भाऊ लक्ष ठेवून होता. मी आजूबाजूला एक पटकन नजर टाकली. दुसरं कोणीच नव्हतं. मी फळ्यावर खरवडून लिहिलं - 'बंद आहे'.

तो फळा आता 'गिरणी बंद आहे' असे दाखवीत होता.

काही तासांनंतर, जेव्हा लोक गहू आणि ज्वारी घेऊन आले, तेव्हा त्या फलकामुळे ते गोंधळून गेले आणि त्यांनी गिरणी का बंद आहे, असे विचारण्यास सुरुवात केली. काही मिनिटे तर गिरणीचा मालकच गोंधळलेल्या अवस्थेत होता. मग लोकांनी त्या फलकाकडे बोट दाखवले. त्याने फलकावरील नवीन मजकूर पाहिला आणि त्याच्या लक्षात आले की, एखादे द्वाड मूल त्याच्याशी खोडकरपणा करत आहे.

"लई वात्रट कार्टं हाय!" गिरणीचा मालक वैतागून उद्गारला.

त्याने ती खोडसाळपणाची लिखावट पटकन पुसून टाकली आणि लोकांना सांगितले की, पिठाची गिरणी उघडी आहे. गिरणीमालकाला जरी राग आला असला, तरी लोकांना मात्र त्या खोडसाळपणाचे हसू आले. आमचे थोडेफार मनोरंजन झाले.

आमचे खोडसाळपणाचे उद्योग सुरूच राहिले. दररोज आम्ही आमच्याकडे कुणी पाहत नाहीये याची खात्री करून थोडा चुना उचलत असू. मी फलकावर 'बंद आहे' असे लिहीत असे आणि त्यानंतरचा तो सगळा तमाशा पाहण्यासाठी आम्ही थोड्या अंतरावर जाऊन उभे राहत असू. हे आता एक प्रकारचे दैनंदिन विनोदी सत्रच बनले होते. लोकांचे हसणे, पिठाच्या गिरणीवाल्याचा संताप, त्याने घाईघाईने फलक पुसणे आणि आरडाओरडा करणे—गावकऱ्यांसाठीही आता हा एक नवीनच मनोरंजनाचा विषय बनला होता.

काही दिवस वैतागल्यानंतर, त्याने ही समस्या कायमस्वरूपी सोडवण्याचा निर्णय घेतला. त्याने पेंटरला बोलावून बोर्डवर 'चालू आहे' असे रंगवायला सांगितले.

आता या बदलानंतर 'गिरणी चालू आहे' असे फळ्यावर दिसत होते.

"बगू आता काय करतंय ते कार्टं!" गिरणीचा मालक म्हणाला.

त्याने त्या खोडकर मुलाला (मला) गंमतीने आव्हान दिले!

दुसऱ्या दिवशी सकाळी, पुन्हा चुनखडीचे खडे घेऊन आम्ही त्या फलकापाशी गेलो.

आता 'बंद आहे' असे लिहिण्यात काहीच मजा नव्हती! मजेसाठी मला दुसरेच काहीतरी लिहावे लागणार होते.

मी थोडा वेळ विचार केला आणि फळ्यावर 'वाला' असे लिहिले; आणि मग पुढे होणारा तो धमाल स्फोट पाहण्यासाठी आम्ही थोड्या अंतरावर थांबलो.

काही वेळाने, दळण्यासाठी आणि नेहमीच्याच गमतीशीर गप्पांसाठी काही लोक आले. रंगवलेल्या शब्दांच्या बाजूलाच, चुन्याने लिहिलेला एक नवीन शब्द त्यांनी पाहिला.

हास्यांचे अनेक मोठ्ठेआवाज ऐकल्यानंतर, गिरणीचा मालक बाहेर आला आणि त्याने तो फलक पाहिला.

फलक पाहिल्यावर त्याचे तोंड आणि डोळे आश्चर्याने विस्फारले होते!

"ह्यो तर लई भन्नाट वात्रट हाय!" गिरणी मालक थोड्याशा कौतुकाने उद्गारला.

तो फळा आता दाखवीत होता—गिरणीवाला चालू आहे.

गिरणी मालकही इतरांच्या त्या मोठ्या हास्यात सामील झाला! त्या दिवशी, त्याने फळा तसाच ठेवला, पुसला नाही.

(आजचा प्रौढ दुर्गेश)

मागे वळून पाहताना, त्यावेळी ती केवळ फळ्यावरची एक साधी बालपणीची खोड होती. पण मी हे पहिल्यांदाच पाहत होतो की कुणीतरी स्वतःवर दिलखुलासपणे हसतंय. त्या गिरणी मालकाच्या स्वतःवर हसण्याने मला शिकवले की विनोदबुद्धी आणि स्वतःवर हसण्याची क्षमता, हे एक विरळ कौशल्य आहे. स्वतःवर हसणे देखील खूप मजेशीर असते. त्याने शिकविलेला हा धडा मी माझ्या स्वतःच्या उणिवांना सामोरे जाताना वापरतो.

गिरणी वाला
चालू आहे

१२. खो खो

कधी कधी अनपेक्षित आनंदासह अनेक नवीन मित्र मिळतात.

(बाल दुर्गेश @ वय १०)

"दुर्गेश, तिथे बसून वाट बघ. गरज पडल्यास मी तुला खेळात बोलावीन," माझे खो-खोचे शिक्षक मला म्हणाले. इतर अनेक विद्यार्थ्यांप्रमाणेच, मी सुद्धा खो-खो संघात एक राखीव खेळाडू होतो.

नवीन शाळेत जाऊन आता वर्षाहून अधिक काळ लोटला होता; तरीही मी माझ्या नवीन दिनचर्येची, नवीन मित्रांची आणि नवीन शिक्षकांची सवय करून घेण्याचा प्रयत्न करत होतो. या नवीन शाळेच्या भिंती सिमेंट-कॉंक्रीटच्या होत्या. इथे खोल्या अधिक मोठ्या होत्या, फळे अधिक मोठे होते, खेळाचे मैदानही अधिक विशाल होते—आणि त्याहूनही मोठी होती—ती विभाजनाची एक अदृश्य रेषा. अनेकदा माझ्या मनात असा विचार यायचा की, आपण धावतच आपल्या जुन्या शाळेत परत जावे आणि तिथे आपल्या जुन्या मित्रांना व शिक्षकांना भेटावे. ही नवीन शाळा तशी छानच होती; तरीही माझे विचार मात्र सतत माझ्या जुन्या शाळेकडे – विशेषतः देशमुख सर व रोहिणीकडे – भरकटत असत.

"आउट!" माझ्या बाजूला बसलेल्या वर्गमित्रांच्या या जोरदार आरोळीने, मी माझ्या जुन्या शाळेच्या विचारांतून पुन्हा वर्तमानातील या नव्या शाळेत आलो.

मी माझे लक्ष सध्या सुरू असलेल्या खो-खोच्या खेळाकडे वळवले. हा 'शिवनापाणी' खेळाचाच एक थोडासा वेगळा प्रकार होता; ज्यामध्ये पाठलाग करणाऱ्या खेळाडूला दुसऱ्या खेळाडूला 'बाद' करण्यासाठी त्याला स्पर्श करणे किंवा 'टॅग' करणे आवश्यक असते. शिवनापाणीपेक्षा खो-खोमधील नियम मात्र थोडे वेगळे होते. खो-खोमध्ये पाठलाग करणाऱ्या खेळाडूच्या हालचालींवर काही बंधने होती.

मला खेळाचा गाभा उमजला होता. पाठलाग करणाऱ्याने पळणाऱ्याला लवकरात लवकर स्पर्श करून बाद करायचे; तर पळणाऱ्याने शक्य तितका जास्त वेळ मैदानात टिकून राहायचे.

"या वेळी नवीन पळणारे!" आमच्या खो-खोच्या शिक्षकांनी जाहीर केले. त्यांनी मला आणि इतर दोन विद्यार्थ्यांना नवीन पळणारे म्हणून बोलावले. खो-खोमध्ये पकडणारा असण्यापेक्षा पळणारा असणे मला नेहमीच अधिक आवडत असे.

माझे चुकवण्याचे तंत्र इतरांपेक्षा थोडे वेगळे होते. मध्यरेषा ओलांडून झटकन दुसऱ्या बाजूला जाण्याऐवजी, मी स्वतःला केवळ एकाच बाजूला मध्यवर्ती रेषेपासून शक्य तितके दूर ठेवत असे.

नवीन पाठलाग करणारा—आकाश हालचालीत आला आणि माझ्या दिशेने धावू लागला. मी त्याच्या अगदी विरुद्ध दिशेने, केवळ त्याच्या आवाक्याबाहेर जाण्यापुरतेच वेगाने धावलो आणि तिथेच थांबलो. आकाश मला 'टॅग' करण्यासाठी मागे वळला; आणि नेमकं त्याच वेळी सरांनी शिट्टी वाजवली आणि म्हणाले, "दुर्गेश, खूप छान! आकाश, परत जा—बॅक खो!"

धावणाऱ्याला मध्येच आपली दिशा बदलता येत नसल्यामुळे, आकाशने पुन्हा दिशा बदलून 'फाउल' केला होता; त्यामुळे त्याला मागे परतावे लागले आणि एका नवीन धावणाऱ्याला 'खो' द्यावा लागला.

एका पाठोपाठ एक, इतर पकडणाऱ्यांकडे वेगाने 'खो' दिला गेला आणि तो दुसरा पळणारा अगदी नवीन पकडणाऱ्याच्या समोरच अडकला. लगेच पकडणाऱ्याने त्याला स्पर्श केला आणि तो बाद झाला. मी खेळ पुढे चालू ठेवू शकलो असतो, पण तेवढ्यात घंटा वाजली. आमचा खेळाचा तास संपला होता. मी 'बाद' झालो नव्हतो; पण हे अगदी क्रिकेटच्या सामन्यात दहावा खेळाडू म्हणून मैदानात उतरावे आणि सामना संपेपर्यंत 'नाबाद' राहावे, तसे काहीसे होते.

दुसऱ्या दिवशी, खो-खोचा सामना सुरू झाला आणि पहिल्या सत्रात आम्ही पाठलाग करणारे होतो. धावण्यावर जास्त जोर न लावता मी अधूनमधून पाठलाग करणाऱ्याची भूमिका बजावत होतो. मी फक्त पळणाऱ्यांना हाकलत होतो किंवा इतर पाठलाग करणाऱ्यांना 'खो' देत होतो. पहिले सत्र संपले.

यावेळी, माझ्या शिक्षकांनी मला पळणाऱ्यांच्या पहिल्या गटात सामील केले. पहिले दोन पळणारे वेगाने धावले, पण दमले आणि अखेरीस बाद झाले. आता पाठलाग करणाऱ्यांनी आक्रमकपणे मला पकडण्याचा प्रयत्न सुरू केला. पण

लवकरच ते वैतागू लागले. मी वेगाने धावतच नव्हतो. मी फक्त स्वतःला त्यांच्या मार्गातून आणि आवाक्यातून बाहेर काढत होतो.

शिक्षक दोन्ही बाजूंचा उत्साह वाढवत होते, "शाब्बास दुर्गेश! असाच खेळत राहा! पाठलाग करणाऱ्यांनो, चला! तुमचा वेग दाखवा."

लवकरच, मी दमण्याऐवजी, पाठलाग करणारेच दमू लागले. पाठलाग करणारे दमून अगदी हळू धावताना पाहणे—हे थोडे वेगळे आणि गमतीशीर होते.

आमच्या डावाच्या संपूर्ण कालावधीत मी मैदानातच राहिलो, बाद झालो नाही.

अखेरीस, आमच्या संघाने सामना जिंकला आणि माझी स्थिती एखाद्या क्रिकेट सामन्यातील संपूर्ण डावात 'नाबाद' (not-out) राहिलेल्या खेळाडूसारखी झाली होती. माझ्या वर्गातील सर्व मुले आता जल्लोष करत होती. त्यांना माझ्याशी गप्पा मारायच्या होत्या आणि माझ्यासोबत धमाल करायची होती.

तो केवळ एक साधा खो-खोचा सामना होता; पण अचानक इतके सारे मित्र मिळाल्याने मला अनपेक्षित आनंद झाला.

(आजचा प्रौढ दुर्गेश)

काही माणसं, काही ऋणानुबंध आणि काही मित्र असे असतात, जे आयुष्यावर कायमचा ठसा उमटवून जातात. नवीन शाळेत नवीन मित्र आणि शिक्षक लाभले असले, तरी देशमुख सर आणि रोहिणी यांच्याशी संबंधित प्रसंग व आठवणी या आयुष्यातील अत्यंत खास आणि अद्वितीय स्मृती होत्या.

त्या दिवशी, जरी मला अनेक नवीन मित्र मिळाले असले, तरी प्रौढपणी मात्र त्यापैकी केवळ मोजक्याच मित्रांनी माझ्याशी संपर्क कायम ठेवला.

१३. पूजेची सुपारी, गोंधळ भारी!

त्या वर्षी उन्हाळ्याची धग खूपच जास्त होती.

(बाल दुर्गेश @ वय ११)

उन्हाळ्याच्या सुट्टीत, नेहमीप्रमाणेच मी माझ्या आजी-आजोबांसोबत आमच्या गावी गेलो. माझे आजोबा हे गावाचे मुख्य पुजारी होते. गावातील सर्व लोक त्यांचा अत्यंत आदर करत असत आणि नेहमीच त्यांच्याकडे मार्गदर्शनाची अपेक्षा करत. काही वेळा आम्ही दत्ताच्या मंदिरात असलेल्या एका स्वतंत्र खोलीत मुक्काम करत असू. मंदिराचे गुरव हे मध्यमवयीन गृहस्थ होते आणि ते मंदिराच्याच जवळ असलेल्या दुसऱ्या एका खोलीत, आपल्या पत्नीसह राहत असत.

त्या वर्षी उन्हाळा अतिशय कडक होता. माझ्यासारख्या सर्व लहान मुलांना काही वडीलधारी मंडळी नदीकाठी किंवा मंदिराच्या विहिरीवर अंघोळीसाठी घेऊन जात असत आणि तिथेच आम्हाला अंघोळ घालत असत. अंघोळीच्या वेळी आम्ही मुले पूर्णपणे विवस्त्र असायचो. त्या काळी गावामध्ये ही गोष्ट अगदीच सामान्य मानली जात असे. उन्हाच्या तीव्रतेमुळे आमच्या अंगावर कधीकधी पुरळ उठत असे; त्यामुळे आम्ही आमचे काही कपडे जसे की शर्ट/बनियान कधीकधी काढून ठेवत असू. दुपारच्या वेळी, पिंपळाच्या पारावर बसून विविध बैठे खेळ खेळत आम्ही थोडी विश्रांती घेत असू.

अशाच एका दुपारी, जेव्हा पाणी पिण्यासाठी मी घरी परतलो, तेव्हा माझे आजोबा पूजेची तयारी करत असल्याचे मला दिसले. तयारी करत असताना, पूजेसाठी घरात योग्य अशा सुपाऱ्या उपलब्ध नसल्याचे त्यांच्या लक्षात आले. म्हणून त्यांनी मला बोलावले आणि 'गुरव' यांच्याकडे जाऊन काही सुपाऱ्या घेऊन येण्यास सांगितले.

मला लवकरात लवकर माझ्या मित्रांकडे खेळण्यासाठी परत जायचे होते; पण त्याआधी आजोबांनी दिलेले ते छोटेसे काम मला पूर्ण करणे भाग होते.

गुरवकाकांची खोली जवळच होती. मी पटकन एक ग्लास पाणी प्यायलो आणि गुरवकाकांच्या खोलीच्या दिशेने धावलो.

जेव्हा मी दरवाजाजवळ पोहोचलो, तेव्हा मला गुरव काकांच्या वेदनादायक कण्हण्याचे आवाज ऐकू येत होते.

"असं दिसतंय की, गुरव काकांची तब्येत ठीक नाहीये. पण मला गुरव काकांकडून फक्त काही सुपाऱ्या घ्यायच्या आहेत आणि त्या माझ्या आजोबांना द्यायच्या आहेत." असा विचार मी केला.

मी धाडकन त्यांच्या खोलीत शिरलो. माझ्या अपेक्षेप्रमाणेच, गुरव काकांची तब्येत खरोखरच बरी नव्हती.

ते पाठीवर अंथरुणावर पडले होते आणि कंबरदुखीमुळे कण्हत होते. काकूंचे तळहात तेलकट होते आणि अंथरुणाजवळच मालिशच्या तेलाचा एक वाडगा ठेवलेला होता. असे दिसत होते की, काकूंनी वाडग्यात गरम तेल तयार करून ते आधीच लावले होते.

दररोजच्या कष्टाच्या कामामुळे पुरुषांना अनेकदा स्नायुदुखीचा त्रास होत असे. अनेकदा, स्त्रिया आपल्या पतींचे पाय किंवा खांदे चेपून देत असल्याचे मी पाहिले होते. वेदनांच्या तीव्रतेनुसार त्या वेगवेगळ्या प्रमाणात दाब देत असत—मध्यम स्नायुदुखीसाठी मध्यम दाब आणि अधिक तीव्र वेदनांसाठी त्याहून अधिक दाब.

या वेळी, गुरव काकांच्या कंबरेला अत्यंत तीव्र आणि असह्य वेदना होत असाव्यात असे वाटत होते; कारण काकू त्यांच्यावर बसून, आपल्या कंबरेने त्यांची कंबर जोरात दाबून देत होत्या. माझ्या हे देखील लक्षात आले की जसे आम्ही मुले कधीकधी कडाक्याच्या उन्हात करतो, तसे त्यांनीही थंडावा मिळावा म्हणून अंगावरील बहुतेक कपडे काढून टाकले होते.

"काय? तुम्ही दाराला कडी नाही लावली?" काकू दचकल्या आणि त्यांनी गुरव काकांना विचारले.

काकूने मालिश करणे थांबवले, पण कमरेवरचा दाब कायम ठेवत ती गुरव काकांकडे एकटक पाहत राहिली.

गुरव काका आणि काकू दोघेही अचानक पूर्णपणे गप्प झाले होते.

"गुरव काका! तुमची कंबर खूप दुखतेय का?" मी काळजीने विचारले.

"माझी कंबर?" गुरव काका उद्गारले.

मी पुन्हा विचारले, "म्हणूनच तर काकू इतक्या जोरात तुमची कंबर दाबून देत आहेत, नाही का?"

"हं? अं... हो, हो! हो तर! माझी कंबर खूपच दुखतेय!" गुरव काका अडखळत म्हणाले, "पण तू इथे कशाला आलास?"

"आजोबांना पूजेसाठी तातडीने काही सुपाऱ्या हव्या आहेत." मी सांगितले.

"जा पळ लवकर! तुझ्या आजोबांकडे जा आणि त्यांना सांग की, मी काही मिनिटांतच सुपाऱ्या घेऊन येईन" गुरव काका घाईने म्हणाले.

मी होकारार्थी मान हलवली आणि गुरव काकांचा निरोप सांगायला धावतच घरी परतलो. मी पोहोचताच, माझ्या आजीने मला थांबवले आणि विचारले, "कुठे पळत आहेस?".

एका दमात पटापट मी उत्तर दिले, "मला आजोबांना सांगायचे आहे की, गुरव काका काही मिनिटांतच सुपाऱ्या घेऊन येतील. त्यांची कंबर खूपच दुखत आहे आणि काकू त्यांच्यावर बसून, आपल्या कंबरेने त्यांची कंबर जोरात दाबून देत आहेत!"

मला माहित नाही का, पण हे ऐकताच माझी आजी अचानक जागीच थिजून गेली. आश्चर्याने तिचे तोंड आणि डोळे विस्फारले होते. मी धावतच आत, आजोबांकडे गेलो. आजी हाताने खुणा करत मला गप्प राहण्याचा, तोंड बंद ठेवण्याचा आटोकाट प्रयत्न करत आहे, हे मला दिसत होते; पण तरीही मी एका दमात धडाधड बोलून गेलो, "आजोबा, गुरव काका काही मिनिटांतच सुपाऱ्या घेऊन येतील. त्यांची कंबर खूपच दुखत आहे आणि काकू त्यांच्यावर बसून, आपल्या कंबरेने त्यांची कंबर जोरात दाबून देत आहेत!"

आजोबांची प्रतिक्रियाही अगदी आजीसारखीच होती. काही सेकंदांनंतर त्यांनी मला थोडे खाऊन, थोडी विश्रांती घेऊन पुन्हा माझ्या मित्रांसोबत खेळायला जाण्यास सांगितले; आणि गुरव काकांच्या कंबरेच्या दुखण्याबद्दल कोणालाही काहीही न सांगण्याची ताकीद दिली.

काही खाऊन आणि थोडी विश्रांती घेऊन, मी माझ्या मित्रांकडे परत जाण्यास सज्ज झालो असतानाच, गुरव काका सुपारी घेऊन आले.

"राम राम देवा!" गुरव काकांनी माझ्या आजोबांना नमस्कार केला, "हे घ्या! पूजेसाठीच्या सुपाऱ्या."

आजोबांनी त्या सुपाऱ्या पूजेच्या ताटात ठेवत त्याचे आभार मानले. त्यानंतर, चेहऱ्यावर एक खोडकर हास्य आणून आजोबांनी विचारले, "अरे गुरव, कशी आहे आता तुझी कंबरदुखी?"

लाजून पूर्णपणे लाल झालेल्या चेहऱ्याने, गुरव काका शांतपणे खाली मान करून हसले.

हे तर विचित्रच होतं! गुरव काकांना—किंवा खरं तर कोणत्याही पुरुषाला—इतकं लाजताना पाहणं ही तशी दुर्मिळच गोष्ट होती. आणि याहूनही अधिक दुर्मिळ काय होतं? माझ्या आजोबांचं ते खोडकर हास्य! ते तर महा-दुर्मिळ जवळजवळ कधीच न दिसणारं होतं!

वेगळे असे काहीच घडले नव्हते, मग ते दोघे इतक्या विचित्रपणे का वागत होते?

आजोबा इतके खोडकरपणे का हसले आणि गुरव काका इतके का लाजत होते, याचा विचार करतच मी माझ्या मित्रांकडे परत जाण्यासाठी बाहेर धाव घेतली.

(आजचा प्रौढ दुर्गेश)

काही वर्षांनंतर वयात आल्यावर माझ्या लक्षात आले की, नक्की काय होती ती गुरव काकांची 'कंबरदुखी' ! ;)

१४. नाच रे मोरा

😊

त्या वर्षी उन्हाळ्याची धग खूपच जास्त होती.
पण पाऊस लवकर आला आणि त्याने दिली एक अविस्मरणीय आठवण.

😊

(बाल दुर्गेश @ वय ११)

त्या वर्षी गावात माझी एका नवीन मुलीशी ओळख झाली – प्रिया. ती माझ्यापेक्षा दोन वर्षांनी मोठी होती. गावात नवीन होती. ती दुसऱ्याच कुठल्यातरी शहरातून आली होती आणि आपल्या आई-वडिलांसोबत पाटीलवाड्यात राहत होती.

पाटीलवाड्यात आयोजित केलेल्या सत्यनारायण पूजेच्या वेळी, मी माझ्या आजोबांसोबत तिथे गेलो होतो; आणि तिथेच आमची पहिली भेट झाली... पुन्हा एकदा त्या धडबडीसह!

रोहिणीसोबत बराच वेळ घालवल्यानंतर, त्या विशिष्ट 'धडबडणाऱ्या' जाणिवेशी मी पूर्णपणे परिचित झालो होतो; आणि जेव्हा कधी ती जाणीव पुन्हा उफाळून येई, तेव्हा त्या जाणिवेने भारावून न जाता मी तिला सहज ओळखू शकत असे.

प्रिया आणि माझी एकमेकांशी लगेचच गट्टी जमली आणि आमची मैत्री झाली. त्यानंतर, गावात आम्ही दररोज भेटत राहिलो. दररोज, जेव्हा आम्ही दिवसात पहिल्यांदा भेटायचो, तेव्हा एकमेकांकडे पाहून आम्ही मनमोकळेपणाने हसायचो. तिचे हास्य काही खासच होते. ती आपले डोके उजव्या बाजूला किंचित झुकवायची; गालावर पडणारी खळी आणि डोळ्यांमधील चमक यांसह उमलणारे ते प्रसन्न हास्य—हेच तिचे वैशिष्ट्यपूर्ण हास्य होते.

ती गाण्यात आणि कुस्तीतही अत्यंत निपुण होती. जेव्हा कधी आम्ही एकत्र गात असू, तेव्हा मी मध्येच गाणे थांबवून केवळ तिचा तो गोड आवाज ऐकत बसायचो. जेव्हा कधी आम्ही कुस्ती खेळत असू, तेव्हा मला काही प्रतिक्रिया देण्याची संधी मिळण्यापूर्वीच ती मला तत्क्षणी पराभूत करत असे; ती मला

पाठीवर आडवे पाडून तिथेच दाबून धरत असे—जोपर्यंत मी हार स्वीकारत नसे, तोपर्यंत ती मला सोडत नसे. प्रतिकार करणे पूर्णपणे व्यर्थ होते.

आम्ही गुरेढोरे आणि कोंबड्यांच्या मागे धावत असू, आंब्याच्या झाडांवर चढून आंबे तोडत असू आणि कोणी आम्हाला पाहण्यापूर्वीच तिथून पसार होत असू. नदीकाठाने धावणे आणि गुरे चरत असताना गवताळ पठारावर खेळणे, हा आमचा सर्वात आवडता विरंगुळा होता.

त्या वर्षी उन्हाळ्याची धग खूपच जास्त होती. पण पाऊस सुद्धा लवकर आला.

शेते हिरवीगार आणि चैतन्यमय झाली! पावसाने भिजलेल्या दुपार आणि संध्याकाळ आम्हा मुलांसाठी अत्यंत खास असायच्या. ती आणि मी गावातील विविध ठिकाणी—आंब्याच्या बागांमध्ये, नदीकाठी, गोठ्यापाशी, अगदी गावाच्या चौकातही—एकत्र उभे राहायचो! अनवाणी पायांनी, "नाच रे मोरा, आंब्याच्या वनात" हे गाणे पूर्ण ताकदीने गात, चिखलाच्या डबक्यांमध्ये उड्या मारत, पाणी उडवत आणि पावसाच्या धारांमध्ये स्वतःला पूर्णपणे चिंब भिजवून घेत आम्ही तिथे रमायचो. ते गाणे केवळ एक चाल नव्हती—तर माझ्या आयुष्यातीलच एक ऋतू होता.

तो उन्हाळा अगदीच छोटा होता—केवळ दोन-एक महिन्यांचा—पण तो निव्वळ आनंददायी होता. त्या वर्षी, पावसाने मला आयुष्यभरासाठी एक अविस्मरणीय आठवण दिली.

(आजचा प्रौढ दुर्गेश)

आजही ...

दर पावसाळ्यात मला तिची आठवण येते.

'नाच रे मोरा' हे गाणे ऐकतो, तेव्हा तेव्हा मला तिची आठवण येते.

मला त्या गावाला पुन्हा भेट देण्याची संधी कधीच मिळाली नाही. पण, तरुणपणी या शहरात माझी प्रियाशी पुन्हा भेट झाली. तीही पावसाळ्यातच!

...आणि ती आहे त्या 'नाच रे' पावसाच्या गाण्याबद्दलची आणखी एक कहाणी!

तीच प्रिया, पण आणखी थोडीशी वेगळी!
तीच ओढ, पण आणखी थोडीशी वेगळी!
तेच गाणे, पण आणखी थोडंसं वेगळं!
तीच पावसाळ्यातील आठवण, पण आणखी थोडीशी वेगळी!

१५. प्रदक्षिणा

😣

सुख आणि दुःख हे जीवनाचेच भाग आहेत.
दुःखद घटनाही आपल्याला बदलून टाकतात.

😣

(बाल दुर्गेश @ वय ११ ते १२)

मी अकरा वर्षांचा होतो, जेव्हा माझा धाकटा भाऊ गंभीररीत्या आजारी पडला. तोपर्यंत, माझ्यासाठी बालपण म्हणजे केवळ अखंड मौजमजा करणे आणि आमच्या घराबाहेरील धुळीने भरलेल्या गल्लीत किंवा शाळेच्या मैदानावर, त्याच्या व मित्रांच्या सोबतीने क्रिकेट, धप्पाकोटी, खो-खो, गोट्या यांसारखे विविध खेळ खेळणे, हेच होते. माझा भाऊ माझ्यापेक्षा केवळ एक वर्षानेच लहान होता आणि आमच्या दोघांमधील ऊर्जेमुळे आमचे घर नेहमीच चैतन्यमय असायचे. आम्ही दोघेही अत्यंत खोडकर होतो. आईचे लक्ष नसताना गुपचूप मिठाई पळवणे आणि शाळेचा गृहपाठ टाळून मैदानावर खेळायला पसार होणे, हे आमचे नेहमीचेच उद्योग होते. त्याच्या सोबतीत तर आई-वडिलांचा ओरडाही मला फार काही वाटायचा नाही.

मग आजारपण आले; आणि जणू काही कुणीतरी आमच्या घरातील रंगच गायब केले होते.

'टर्मिनल'चा अर्थ काय आहे हे मला पूर्णपणे कळले नव्हते, पण प्रत्येकाच्या आवाजातील तणावावरून, खोल्यांमध्ये पसरलेल्या दीर्घ शांततेवरून, मला समजले होते की काहीतरी गंभीर घडले आहे. एके काळी दैनंदिन कामांनी भरलेले ते घर आता विस्कळीत झाले होते. जेवण घाईघाईने आणि बेचव होत होते. दुपारच्या आणि रात्रीच्या जेवणाच्या वेळचे हास्य पूर्णपणे नाहीसे झाले होते. माझे आजी-आजोबा सतत प्रार्थना करत असत, त्यांचे ओठ सतत हलत असत आणि त्यांचे डोळे एकाग्रतेने मिटलेले असत.

माझे आई-वडील आणि आजी-आजोबा एका प्रकारच्या हताश ऊर्जेने एकामागून एक कामे करत होते—डॉक्टरांचा सल्ला घेणे, रुग्णालयात दाखल करणे आणि एका रुग्णालयातून दुसऱ्या रुग्णालयात, एका शहरातून दुसऱ्या

शहरात हलवणे, औषधांची जुळवाजुळव करणे आणि मित्र व नातेवाईकांकडून पैसे उसने घेणे.

मी हे सगळं बाजूला उभा राहून पाहत होतो, आणि माझ्या मनात एका प्रकारची निकड आणि निरुपयोगीपणाची भावना दाटून आली होती. मला मदत करायची होती. मला त्या ओझ्याचा काही भार उचलायचा होता. पण माझ्या वयाचा मुलगा खरंच काय करू शकणार होता? लोकांच्या मनस्थितीतला प्रत्येक बदल, प्रत्येक उसासा, रात्री उशिरा होणारी प्रत्येक कुजबुज— हे सर्व लक्षात येण्याइतका मी मोठा झालो होतो, पण कोणत्याही महत्त्वाच्या कामात हातभार लावण्यासाठी मी खूपच लहान होतो. माझ्या वडिलांचे खांदे एका अदृश्य ओझ्याखाली दिवसेंदिवस अधिकच झुकत असल्याचे दिसत होते, माझ्या आईचे डोळे तिच्या वयापेक्षा जास्त प्रौढ दिसत होते, आणि तरीही त्यांना मदतीसाठी माझ्याकडे देण्यासारखं काहीच नव्हतं.

मग एके दिवशी, डॉक्टरांचे बोलणे माझ्या कानावर पडले. ते एका वेगळ्याच सुरात, अत्यंत सावधगिरीने आणि स्पष्टपणे बोलत होते: "*आता फारसा वेळ उरलेला नाही. फार तर काही आठवडे. यावर कोणताही इलाज नाही. कितीही पैसा किंवा औषधोपचार केले, तरी त्याचा काहीही उपयोग होणार नाही. आता सर्व काही ईश्वराच्या हाती आहे.*" डॉक्टरांचे बोलणे अंतिम होते आणि त्यामुळे घरातील मोठी माणसे सुन्न होऊन गेली होती.

पण माझ्यासाठी, तेच शब्द वेगळ्याच अर्थाने मनाला भिडले. मला वाटले: *आता जरी कितीही पैसा किंवा औषधोपचार काहीच मदत करू शकत नाहीत; पण देव मात्र नक्कीच मदत करू शकतो!*

तो पोरकट तर्क होता, पण तो एखाद्या साक्षात्कारासारखा वाटला.

माझ्या आजी-आजोबांना मी अनेकदा असे म्हणताना ऐकले होते की, मुलांनी केलेली प्रार्थना ही सर्वात पवित्र असते आणि ती कोणत्याही अडथळ्याविना थेट देवाच्या कानापर्यंत पोहोचते. याची काही उदाहरणेही होती—जसे की, देवाने ध्रुवबाळाची प्रार्थना ऐकून त्याची इच्छा पूर्ण केली होती. आजी-आजोबांच्या त्या शब्दांना मी माझ्या मनात अगदी घट्ट धरून ठेवले होते. माझ्या भावाचे आयुष्यच त्या गोष्टीवर अवलंबून होते; आणि अखेर, ती एक अशी गोष्ट होती जी मी करू शकत होतो.

अगदी त्याच दिवशी, मी माझ्या प्रयत्नांना सुरुवात केली. माझी प्रार्थना—शांत शब्दांतून नव्हे, तर प्रदक्षिणेद्वारे—म्हणजेच मंदिरातील देवतेभोवती प्रदक्षिणा घालण्याद्वारे होती.

प्रत्येक पाऊल हे अंतर्मनातील एक प्रार्थना होती; प्रत्येक फेरीत अनेक आर्त विनवण्या सामावलेल्या होत्या. सकाळ, दुपार, संध्याकाळ मी चालत राहिलो. सलग दोन-तीन तास असे दिवसाला एकूण सहा-सात तास.

सुरुवातीला माझे पाय दुखले आणि माझ्या पायांवर फोड आले. माझा असा विश्वास होता की, मी जितके अधिक कष्ट सोसेन, तितकी माझी प्रार्थना अधिक सामर्थ्यवान होईल.

आणि म्हणून मी चालत राहिलो—ती एकच विनंती वारंवार, पुन्हा पुन्हा करत—"देवा! कृपया त्याला बरं कर. कृपया त्याला बरं कर."

ते शब्द एक लय बनले, त्या लयीचे माझ्या श्वासात रूपांतर झाले आणि लवकरच मला पायांवर फोडांच्या वेदनांची जाणीवही उरली नाही.

मी कल्पना केली की, देव माझ्याकडे पाहत आहे, आणि ध्रुव बाळाला जशी दिली, तशी माझ्याही हाकेला साद देण्यासाठी सज्ज होत आहे. माझ्या मनात शंकेला काहीच वाव नव्हता. मला खात्री होती. पूर्णपणे खात्री होती.

माझा भाऊ बरा होईल तो दिवस मी माझ्या डोळ्यांसमोर उभा केला—तो दिवस, जेव्हा तो पुन्हा हसत-खेळत अंगणात धावत येईल आणि त्याच्या डोळ्यांत पुन्हा तीच खोडकर चमक दिसेल. माझे आई-वडील सुटकेचा निश्वास टाकत हसतील, माझे आजी-आजोबा देवाचे आभार मानतील आणि मी स्वतः एका बाजूला शांतपणे उभी राहून हे जाणवेन की, मी खरोखरच काहीतरी अत्यंत अर्थपूर्ण कार्य केले आहे.

जवळपास महिनाभर मी अशाच प्रकारे जगलो—गोल-गोल फिरत आणि विश्वास ठेवत.

एक दिवस माझा भाऊ बरा होईल याची मी आतुरतेने वाट पाहत होतो.

... पण तो दिवस कधी आलाच नाही.

जेव्हा माझ्या भावाचे निधन झाले, तेव्हा त्या बातमीने मला पूर्णपणे हादरवून टाकले.

त्याचा मृतदेह पाहिल्यावर... मी... सुन्न, बधिर, निशब्द! माझा विश्वासच बसेना!

केवळ त्याचे जाणेच माझ्या मनाला खोलवर बोचणारे नव्हते, तर ज्या गोष्टींवर मी माझी श्रद्धा उभारली होती, त्या सर्वच गोष्टींचा तो पूर्णपणे झालेला ऱ्हास होता. देवाने अशा प्रार्थनांकडे दुर्लक्ष तरी कसे केले? ज्या मुलाने इतक्या मनापासून आणि प्रामाणिकपणे प्रार्थना केली होती, ज्याने एवढ्या वेदना सहन केल्या होत्या आणि ज्याने दररोज तासन् तास देवासमोर आर्त विनवणी केली होती, त्याच्या हाकेकडे त्या देवाने पाठ तरी कशी फिरवली?

मला विश्वासघात झाल्यासारखे वाटले.

अनेकांनी शोकसंवेदना व्यक्त केल्या आणि दिलासा देणारे शब्द उच्चारले—जसे की, "*माझा भाऊ आता स्वर्गात, देवाच्या सान्निध्यात असेल; देवाचे त्याच्यावर खूप प्रेम होते आणि म्हणूनच त्याने त्याला इतक्या लवकर आपल्याकडे बोलावून घेतले.*" इत्यादी.

पण एकाही वाक्याने वेदना आणि दुःखाचा भार तसूभर देखील हलका केला नाही.

माझ्या भावाच्या मृत्यूने संपूर्ण कुटुंबावर एक पोकळी निर्माण केली. आम्हा प्रत्येकानेच हे दुःख आपापल्या परीने पेलले—माझ्या वडिलांनी निद्राहीन रात्रींच्या रूपाने; माझ्या आईने न थांबणाऱ्या अश्रूंवाटे—कधी हंबरडा, तर कधी निमूटपणे; माझ्या आजीने अस्वस्थतेच्या रूपाने; आणि माझ्या आजोबांनी अशा एका शोकाच्या रूपाने, ज्याने त्यांना आतूनच पोखरून काढल्यासारखे वाटत होते. मी माझ्या आजोबांना पुन्हा कधीच हसताना पाहिले नाही.

त्यानंतर अनेक महिने मी दुःखातच भरकटत राहिलो. आता काय करावे, हे मला उमजत नव्हते.

माझी प्रार्थना थांबली. मी मंदिरांना भेट देणे टाळू लागलो. आणि जेव्हा मला बळजबरीने मंदिरात जावे लागले, तेव्हा माझी प्रदक्षिणा बदलली. मी आता पूजेच्या भावनेने प्रदक्षिणा घालत नव्हतो; तर विरोधाचा निषेधाचा भाव घेऊन प्रदक्षिणा घालत होतो.

आता माझ्यासाठी, मंदिरातील मूर्ती ही गाभाऱ्याऐवजी आरोपीच्या पिंजऱ्यात उभी होती. आता प्रदक्षिणा करतानाचे माझे प्रत्येक पाऊल ही एक तक्रार होती, एक आरोप होता, उत्तरांची मागणी होती.

आता ती माझी निषेध-प्रदक्षिणा होती.

(आजचा प्रौढ दुर्गेश - निःशब्द)

१६. निरोप

निरोप हा शेवट नाही

(बाल दुर्गेश @ वय ११ ते १२)

माझ्या भावाचे निधन होऊन काही महिने उलटले होते. तरीही मी अजूनही धक्क्यातच होतो. मी काहीच करत नव्हतो. वेळेचे भानही उरले नव्हते.

घरातील वडीलधारी मंडळी हळूहळू आपले दैनंदिन जीवन पुन्हा रुळावर आणण्याचा प्रयत्न करत होती. माझे वडील आपल्या कामावर परत जाऊ लागले. माझ्या आजोबांनी विविध मित्र आणि नातेवाईकांकडून घेतलेले सर्व पैसे परत केले. माझ्या आजीने पुन्हा मंदिरात जाण्यास सुरुवात केली आणि ती माझ्या बहिणीची काळजी घेऊ लागली. परंतु, माझी आई मात्र अजूनही तासन् तास रडत असे आणि संधी मिळेल तेव्हा ती मला रागावत असे.

आईचा रागराग अचानक खूपच वाढला होता, तरीही मी तिथे मुकाट्याने उभा राहायचो. त्यामागचे कारण मला काहीच उमजत नव्हते. माझे वडील आणि आजी-आजोबा आईचे लक्ष दुसरीकडे वळवण्याचा प्रयत्न करायचे आणि मला तिच्या रागावण्यापासून वाचवायचे.

बदल म्हणून माझी आजी मला बळजबरीने मंदिरात घेऊन जायची; पण त्यामुळे मला काहीच फरक पडत नसे. तिथे मंदिरात गेल्यावर, मी वरकरणी शांत असायचो. पण माझ्या आतमध्ये मात्र प्रचंड तगमग आणि संताप खदखदत असे. माझ्या प्रार्थनांना प्रतिसाद न दिल्याबद्दल माझा देवावर अजूनही खूप राग होता.

दररोज संध्याकाळी, मी केवळ कुठेतरी असाच विनाकारण भटकत राहायचो. कधीकधी तर माझा भाऊ वारला आहे, हेच मी विसरून जायचो; आणि नेहमीप्रमाणे—ज्याप्रमाणे तो हयात असताना मी करायचो—तसाच मी फाटकापाशी, झाडाखाली त्याची वाट पाहत उभा राहायचो, संध्याकाळी

खेळाच्या मैदानावर जाऊन विविध खेळ खेळण्यासाठी. बराच वेळ वाट पाहिल्यानंतर, माझ्या हे लक्षात यायचे की तो आता येणार नाही; कारण तो आता राहिलाच नाही! आणि त्या वास्तवाच्या जाणीवेने मला अक्षरशः रडू कोसळायचे.

मला माझ्या भावाची खूपच आठवण येत होती. त्याच्या अचानक नसण्यामुळे मला खूपच वेदना होत होत्या. मला फक्त माझ्या भावाला पाहायचे होते, त्याच्याशी बोलायचे होते, त्याच्यासोबत खेळायचे होते—किमान एकदा तरी, फक्त एकदा, एकदा शेवटचे!

जसे जसे दिवस लोटत होते, तशी तशी ती इच्छा अधिकाधिक तीव्र होत होती.

...*आणि एके दिवशी*, जेव्हा मी माझ्या नेहमीच्याच ठिकाणी – फाटकापाशी, झाडाखाली – बसून वाट पाहत होतो, तेव्हा अचानक माझ्या लक्षात आले की, गल्लीच्या कोपऱ्यातून कोणीतरी माझ्या दिशेने येत आहे.

कोण येतंय हे पाहण्यासाठी मी माझी मान डावीकडे वळवली आणि मला एक ओळखीची व्यक्ती दिसली! जिची मी खूप दिवसांपासून वाट पाहत होतो!

माझा लहान भाऊ... छोटू आला होता! तो हळूहळू माझ्या दिशेने चालत येत होता! मी त्याच्या दिशेने धाव घेतली. तो माझ्या जवळ आला आणि हसतमुखाने तिथे उभा राहिला! आजारपणापूर्वी तो जितका निरोगी होता, तितकाच—किंबहुना थोडा अधिकच तेजवान—तो आता अधिक निरोगी दिसत होता. तीन तेजस्वी गोल त्याच्याभोवती प्रदक्षिणा घालत होते.

अत्यंत उत्साहित आणि आनंदी स्वरात तो म्हणाला, "भाऊ, तुला भेटायला मी स्वर्गातून आलो आहे!"

"छोटू! कसा आहेस?" मी प्रचंड आनंदी आवाजात विचारले.

मी पुढे म्हणालो, "मी तुझीच वाट पाहत होतो! तुला माहित आहे का, किती वाट पाहिली मी तुझी? किती वेळ झाला?अखेर तू आलास! तुला पाहून मला खूप बरं वाटतंय! चल धमाल-मस्ती करू!" मी आनंदाने जागेवरच उड्या मारत मुठी आवळून बोलत होतो! माझ्या हृदयाची वेगाने चाललेली धडधड मला जाणवत होती!

मी पुढे विचारले, "स्वर्ग कसा आहे आणि ते तुझ्याभोवती फिरणारे गोल नक्की काय आहेत?"

त्याने उत्तर दिले, "असं म्हणतात की हे गोल जादुई आहेत. स्वर्गातील प्रत्येकाला असा एक गोल मिळतो. पण कसं काय जाणे, मला तीन-तीन गोल मिळाले आहेत!"

आम्ही दोघेही खुदूखुदू हसत होतो!

आमचे हसणे थांबल्यावर, तो एका शांत, दिलासा देणाऱ्या आवाजात म्हणाला, "भाऊ, मी तिथे आनंदी आहे. ती जागा खूप छान आहे! माझ्याबद्दल काही काळजी करू नकोस."

मला हायसे वाटले. पण तरीही, माझ्याकडे आणखी एक महत्त्वाचा प्रश्न होता.

मी त्याला विचारले, "तू देवाला भेटलास का? तू त्याला विचारलेस का त्याने माझ्या प्रार्थनांना उत्तर का दिले नाही?"

तो काही सेकंद शांत उभा राहिला, आणि मग म्हणाला, "हो, भेटलो मी देवाला; पण मला माहित नाही की, त्याने तुझ्या प्रार्थनांची उत्तरे का दिली नाहीत."

तो पुढे म्हणाला, "बरं भाऊ, मी इथे तुला भेटायला फक्त थोड्या वेळासाठीच आलो आहे. मला लवकरच परत जायचे आहे! चल, आपण काहीतरी खेळू! तुला काय खेळायला आवडेल आता?"

मी उत्साहाने उत्तर दिले, "चल, आपण शिवनापाणी खेळू!"

तो थोडे हसून चिडवत बोलला, "हा हा हा! आता माझा वेग थोडासा वाढला आहे! आधीसारखे तू मला पटकन पकडू शकणार नाहीस!"

मीसुद्धा हसत-हसत, चेष्टेच्या सुरात उत्तर दिले, "तुझा वेग कदाचित आता वाढला असेल, पण मी तुला पूर्णपणे ओळखतो! तू अजूनही तस्साच आहेस – माझा लाडकू छोटू!"

माझा भाऊ धावला. मी त्याचा पाठलाग केला.

तो अगदी पूर्वीसारखाच धावत होता! झाडांभोवती, दगडांवरून उड्या मारत, नागमोडी वळणे घेत, जरासा विस्कळीतपणे!

तो थोडा अधिक वेगवान होता, पण मी त्याला खूप चांगल्या प्रकारे ओळखत होतो. त्याच्या हालचाली, त्याच्या चकवण्याच्या पद्धती हे सर्व मला आधीच माहित होते.

मी पाठलाग करत होतो, धावत होतो, हसत होतो!

अखेरीस एका झाडाभोवती गिरक्या घेत आणि तो नागमोडी वळणांनी धावत असताना मी एक वळण गाळून, वेगाने धाव घेतली आणि त्याच्या दिशेने झेप घेतली.

त्या झेपेसह, मी त्याला स्पर्श केला आणि त्याच्या भोवती फिरणारा एक गोळा पकडला. मी जमिनीवर पडत असताना, त्याचा एक दुसरा गोळाही माझ्या खाली अडकला. जमिनीवर, माझ्या पाठीवर त्या गोळ्याची सूक्ष्म कंपने मला जाणवली. मी तो गोळाही पकडला.

माझ्या हातांत दोन गोळे होते.

"अरे व्वा!" छोटू आनंदाने उद्गारला, "भाऊ! स्वर्गातले म्हणत होते की, एक गोळा पकडणेही खूप अवघड आहे; आणि तू तर दोन पकडलेस! तुझ्याकडेच ठेव ते गोळे, भाऊ! ते जादुई आहेत! ते तुझ्या इच्छा पूर्ण करू शकतात."

"ते तुला इथे आमच्यासोबत राहायला लावू शकतात का?" मी विचारले.

"नाही. ते तसं करू शकणार नाहीत." माझा भाऊ जड आवाजात म्हणाला.

मी माझ्या हातांतील त्या गोलांकडे पाहिले. ते धातूंचेही नव्हते, आणि काचेचेही नव्हते. ते आणखी कशाचेतरी बनलेले होते. लहान ताऱ्यांसारखे चमकत होते!

त्या गोलांना काही काळ हातांत धरून ठेवल्यानंतर, मी त्यांना माझ्या भावाच्या दिशेने सोडून दिले आणि म्हणालो, "नको. घेऊन जा त्यांना तुझ्यासोबत स्वर्गात! मला नाही पाहिजेत असे गोळे."

मी त्याला पुढे विचारले, "मला देवाला भेटायचे आहे आणि त्याला विचारायचे आहे की, त्याने माझ्या प्रार्थनांची उत्तरे का दिली नाहीत. तू माझी देवासोबत भेट घडवून देऊ शकतोस का?"

तो पुन्हा काही सेकंद शांत उभा राहिला आणि अत्यंत मृदू स्वरात उत्तरला, "नाही भाऊ, मी नाही करू शकत!"

"ठीकय! तू मला भेटायला इथे आलास, याचाच मला खूप आनंद झालाय!" मी हसून म्हणालो.

"भाऊ, मला पण खूप आनंद झालाय रे! तुझ्यापेक्षा जास्त!" छोटू खळखळून हसत म्हणाला.

काही वेळानंतर हसू थांबल्यानंतर, तो हळूवारपणे म्हणाला, "भाऊ! आता वेळ झालीय. मला आता स्वर्गात परत जावं लागेल."

ते गोळे वेगाने गरगर फिरू लागले. छोटू जवळ आला, त्याने माझे हात धरले आणि म्हणाला, "चलतो मी आता, भाऊ!"

मी त्याला घट्ट मिठी मारली—सर्वात पहिल्यांदा लहानपणी त्याला घट्ट मिठी मारली होती अगदी तश्शी! तितक्याच तीव्रतेने, तितक्याच उत्कटतेने! आणि म्हणालो, "चालेल छोटू! पण खूप आठवण येईल रे तुझी!"

ते तीन गोल आता आम्हा दोघांच्याही भोवती गरगर फिरत होते. त्यांची गती वेगाने वाढत होती आणि त्यांचा प्रकाश अधिकाधिक प्रखर होत चालला होता! इतका प्रखर की, मला माझे डोळे मिटून घ्यावे लागले!

...जेव्हा मी माझे डोळे उघडले, तेव्हा मी एका वेगळ्याच, पण ओळखीच्या ठिकाणी होतो. छताचा पंखा नेहमीप्रमाणे फिरत होता आणि मी बिछान्यावर पडलेलो होतो. पहाटेचा हलकासा उजेड व शीतल हवा जाणवत होती, पक्ष्यांचा चिवचिवाट ऐकू येत होता. मी ज्या ठिकाणी असण्याची मला अपेक्षा होती—झाडाखाली, फाटकाजवळ—त्या ठिकाणी मी नव्हतो. मला जाणीव झाली की ते एक स्वप्न होते! पण ते एकदम खरे वाटले होते. अगदीच खरे!

दुसऱ्या दिवशी, जेव्हा मी माझ्या आजीसोबत मंदिरात गेलो, तेव्हा मला जाणवले की माझी तगमग कमी झाली होती; पण खदखदणारा संताप मात्र अगदी तसाच होता. मला माझ्या महत्वाच्या प्रश्नाचे उत्तर अजूनही मिळालेले नव्हते—देवाने माझ्या मनापासून केलेल्या प्रार्थनांना प्रतिसाद का दिला नाही?

त्याच्या विरोधात मी माझी निषेध-प्रदक्षिणा चालू ठेवली.

(आजचा प्रौढ दुर्गेश)

स्वप्नातल्या वास्तविकतेमध्ये का असेना, माझी इच्छा पूर्ण झाली होती. माझ्या भावाला पाहण्याची, त्याच्याशी बोलण्याची आणि त्याच्यासोबत खेळण्याची! जागृत अवस्थेत जे मला मिळू शकले नसते, ते त्या स्वप्नाने मला दिले—माझ्या भावाचा निरोप आणि त्याची मिठी. त्या स्वप्नामुळे माझ्या मनातील वेदनेची तीव्रता थोडी कमी झाली. त्यानंतर अवघ्या एका वर्षाच्या आतच, माझे आजोबाही निवर्तले. मात्र, आजोबांच्या अखेरच्या दिवसांतच त्यांना निरोप देण्याची संधी मला आधीच मिळाली होती. माझ्या भावाच्या बाबतीत जसे स्वप्न पडले होते, तसे स्वप्न मला आजोबांच्या बाबतीत कधीच पडले नाही. कधीकधी, योग्य समाप्ती होणे हे इतर कशाहीपेक्षा अधिक महत्त्वाचे असते; आणि जर अशी योग्य समाप्ती झाली नसेल, तर आपले सुप्त-मन त्या उणीवेची पूर्तता करण्यासाठी अशा समाप्ती-स्वप्नांची रचना करते.

अनेक वर्षांच्या कालावधीत – जवळपास माझ्या तारुण्याच्या सुरुवातीला – माझ्या खदखदणाऱ्या रागाचे रूपांतर एका वेगळ्याच प्रकारच्या जाणीवेत झाले.

मला हे उमजू लागले की—प्रार्थना कितीही मनापासून केलेल्या असल्या, तरीही त्या आजारपण, मृत्यू किंवा इतर कोणत्याही गोष्टीचा अंतिम परिणाम बदलू शकत नाहीत. माझ्या हे लक्षात आले की, देव हे कॉमिक्समध्ये सुपरहिरोंसारखेच आहेत. त्यांच्या गोष्टी प्रेरणा देऊ शकतात, मनोरंजन करू शकतात; पण जेव्हा एखादी व्यक्ती मदतीसाठी आर्त हाक देते, तेव्हा मात्र ते कधीच धावून येत नसतात. जेव्हा एखादी व्यक्ती संकटात असते, तेव्हा कोणताही कॉमिक्स-सुपरहिरो, कोणताही देव किंवा कोणतीही पौराणिक अलौकिक शक्ती हस्तक्षेप करत नाही.

माझी श्रद्धा फिकी पडून ती अविश्वासाच्या जवळ पोहोचली. मला अजूनही पौराणिक कथा, देव-राक्षसांच्या लढायांच्या कथा आणि चमत्कारांच्या महान कथा वाचायला आवडतात. पण आता मी त्या कथा अशा प्रक रे वाचतो, जसे मी कॉमिक्स वाचतो. कथा जी गुंतवून ठेवणारी, मनोरंजक, प्रेरणादायी, नाट्यमय, कधीकधी दिलासा देणारी. पण नंतर ही जाणीव नेहमी असते की प्रत्यक्षात वेळप्रसंगी यापैकी कोणीही मदत किंवा हस्तक्षेप करणार नाही.

आणि तरीही, जेव्हा मी मागे वळून पाहतो, तेव्हा मी पूर्वी जसा मुलगा होतो, त्याबद्दल मला कधीच खंत वाटली नाही. तो मुलगा, त्याच्याकडे असलेले ज्ञान व संपूर्ण प्रामाणिकतेनिशी, त्याला शक्य असलेली एकमेव गोष्ट करत होता. त्याच्या प्रार्थना त्याच्या भावाचा जीव वाचण्यास निष्प्रभ पडल्या असतील, पण त्या प्रार्थनांनी त्याच्या प्रेमाची खोली, त्याचा चिकाटीपणा, मदत करण्यासाठीची आर्त तळमळ आणि दुसऱ्याचे दुःख हलके होत असेल, तर स्वतः कष्ट सोसण्याची त्याची तयारी—हे सर्व काही अधोरेखित केले.

आज जरी ती श्रद्धा फिकी पडली असली तरी, ती प्रामाणिकता आणि चिकाटी मात्र अजूनही कायम आहे.

आभार

माझ्या आजोबांचे आभार; ताऱ्यांच्या साक्षीने त्यांनी सांगितलेल्या गोष्टींनीच मला वर पाहण्यास शिकवले—आकाशाकडे, आकड्यांकडे आणि जीवनाकडे.

देशमुख सरांचे आभार, ज्यांनी मला चिक्कीची एक वडी आणि जगाकडे पाहण्याचा एक नवा दृष्टिकोन दिला.

उर्वी, रोहिणी आणि प्रिया—तुमचे आभार; त्या धडबडीसाठी, त्या गप्पांसाठी, त्या लाजण्या-मुरडण्यासाठी आणि त्या पावसात भिजलेल्या गाण्यांसाठी.

स्वतःवरच हसणाऱ्या त्या गिरणीमालकाचे आभार. एका लहान मुलाकडून मोकळेपणाने शिकणाऱ्या त्या नारायणाचे आभार. कोणीही ऐकत नसतानाही निनादणाऱ्या त्या मंदिराच्या घंटांचेही आभार.

माझ्या आई-वडिलांचे आणि आजीचे आभार – माझ्या प्रश्नांचा आणि खोडसाळपणाचा सामना केल्याबद्दल.

माझ्या बहिणीचे आभार – मला परिपूर्णतेची जाणीव करून दिल्याबद्दल.

माझ्या भावाचे आभार – खोडकरपणाचा, मजेचा आणि हास्य-विनोदाचा सोबती झाल्याबद्दल. तुझी आठवण येईल. नेहमीच. कायम.

आणि,

प्रिय वाचक – तुमचे सादर आभार! माझ्या गोष्टी ऐकून घेतल्याबद्दल आणि माझ्या बालपणीच्या आठवणींना तुमच्या हृदयात स्थान दिल्याबद्दल.

कथा सांगून झाल्या आहेत आणि ते दुधाचे आणि कॉफीचे कप आता रिकामे झाले आहेत; तरीही ती कथेची ऊब मात्र अजूनही रेंगाळते आहे – स्मृतींमध्ये, काळामध्ये आणि हृदयाच्या कप्प्यांमध्ये.

या तर होत्या माझ्या आठवणी! पण त्यांनी जर तुमच्या देखील बालपणींच्या आठवणींना स्पर्श केला असेल, उजाळा दिला असेल, तर मग ही आपली कॉफी-चर्चा सफळ संपूर्ण झाली.

www.ingramcontent.com/pod-product-compliance
Lightning Source LLC
LaVergne TN
LVHW090329210926
848480LV00004B/1346
* 9 7 9 8 9 0 5 1 0 2 3 5 6 *